SÁCH NẤU MÓN HU LÀM CẦN THIET

CW00926959

100 Công Thức Ngon Và Bổ Dưỡng Cho Món Nhúng Đa Năng Nhất Thế Giới. Khám phá khả năng vô tận của món Hummus với các công thức nấu ăn độc đáo và đầy hương vị

Quỳnh Uyên

Tài liệu bản quyền ©2023

Đã đăng ký Bản quyền

Không phần nào của cuốn sách này có thể được sử dụng hoặc truyền đi dưới bất kỳ hình thức nào hoặc bằng bất kỳ phương tiện nào mà không có sự đồng ý bằng văn bản của nhà xuất bản và chủ sở hữu bản quyền, ngoại trừ các trích dẫn ngắn được sử dụng trong bài đánh giá. Cuốn sách này không nên được coi là tài liệu thay thế cho các lời khuyên về y tế, luật pháp hoặc chuyên môn khác.

MỤC LỤC

PHẦN KẾT LUẬN 222

GIỚI THIỆU

Sách nấu món hunmus nhà làm cần thiết là hướng dẫn cuối cùng của bạn để khám phá những khả năng vô tận của món nhúng Trung Đông nổi tiếng này. Với 100 công thức nấu ăn ngon và bổ dưỡng, cuốn sách dạy nấu ăn này sẽ chỉ cho bạn cách tạo ra nhiều hương vị món khai vị chắc chắn sẽ làm hài lòng bất kỳ khẩu vị nào.

Mỗi công thức đều đi kèm với một hình ảnh đầy màu sắc, giúp bạn có cái nhìn thoáng qua về những món nước chấm ngon lành mà bạn sẽ tạo ra. Với 100 hình ảnh màu, một hình ảnh cho mỗi công thức, bạn sẽ có thể thấy cách trình bày đẹp mắt và kết cấu của từng món ăn hummus.

Từ món khai vị cổ điển đến những hương vị độc đáo như ớt đỏ nướng và ớt jalapeno cay, cuốn sách nấu ăn này có thứ dành cho tất cả mọi người. Bạn cũng sẽ tìm thấy các công thức nấu món khai vị làm từ các loại đậu khác, như đậu đen và đậu nành Nhật, cũng như các công thức sử dụng món khai vị như một nguyên liệu đa năng trong các món ăn khác, như ức gà nhồi hummus và bánh pizza hummus.

Sách nấu món hunmus nhà làm cần thiết cũng bao gồm thông tin về lịch sử của món khai vị, lợi ích sức khỏe của nó và các mẹo để tạo ra món khai vị hoàn hảo mọi lúc. Cho dù bạn là người đam mê món khai vị hay người mới làm quen với món nhúng thơm ngon này, cuốn sách nấu ăn này sẽ hướng dẫn bạn quy trình tạo ra món khai vị ngon và bổ dưỡng một cách dễ dàng.

Với Sách nấu món hunmus nhà làm cần thiết, bạn sẽ có thể gây ấn tượng với bạn bè và gia đình bằng kỹ năng nấu nướng của mình khi khám phá thế giới món khai vị với các công thức nấu ăn độc đáo và đầy hương vị.

HUMMUS

1. <u>tảo xoắn</u>

Làm cho: 2 phần ăn

THÀNH PHẦN:
- 1 lon đậu xanh, để ráo nước, để riêng
- 1 muỗng canh dầu ô liu
- 2 muỗng cà phê tahini
- 1 muỗng canh nước cốt chanh tươi
- 1 tép tỏi, nghiền nát
- ½ muỗng cà phê muối

HƯỚNG DẪN:
a) Cho đậu xanh, dầu ô liu, tahini, nước cốt chanh, tỏi và muối vào máy xay thực phẩm.

b) Bật máy xay thực phẩm và đổ từ từ một ít nước đậu xanh đã để sẵn vào trong khi máy chạy.

c) Khi hỗn hợp được kết hợp hoàn toàn và mịn màng, chuyển nó vào một món ăn phục vụ.

2. Hummus matcha và củ dền

THÀNH PHẦN:

- ½ muỗng cà phê bột Matcha
- 400g đậu xanh, để ráo nước và rửa sạch
- 250g củ dền nấu chín
- 1 tép tỏi
- 2 muỗng tahini
- 2 muỗng cà phê thì là
- 100ml dầu oliu nguyên chất
- Nước ép chanh
- muối để hương vị

HƯỚNG DẪN:

a) Thêm tất cả các thành phần ngoại trừ đậu xanh vào máy xay sinh tố/bộ xử lý thực phẩm của bạn. Trộn cho đến khi mịn.

b) Thêm đậu xanh và trộn lại cho đến khi mịn và ngon!

3. Cà chua khô Hummus

THÀNH PHẦN:

- Lọ cà chua phơi khô trong dầu 8,5 ounce
- Lọ cà chua nướng trong dầu 8,8 ounce
- #10 hộp đậu garbanzo, để ráo nước và rửa sạch
- 2 muỗng canh sốt tahini
- 2 muỗng canh bột hành
- 2 thìa cà phê ớt bột
- 2 muỗng canh tỏi băm nhỏ
- 1 cốc nước ấm
- 1 chén dầu thực vật
- 4 muỗng cà phê nước cốt chanh
- Muối và hạt tiêu cho vừa ăn

HƯỚNG DẪN:

a) Thêm cà chua khô, cà chua rang và sốt tahini vào bộ xử lý thực phẩm. Dùng 1 thìa nước để pha loãng hỗn hợp. Trộn cho đến khi mịn.

b) Thêm đậu garbanzo, bột hành tây, tỏi, ớt bột và nước cốt chanh. Bật bộ xử lý ở mức thấp và trộn.

c) Từ từ thêm nước và dầu, để nới lỏng lưỡi dao và để hummus trộn cho đến khi mịn.

d) Lặp lại quy trình với mẻ nguyên liệu thứ hai.

4. Hummus chữa bệnh

Thực hiện: 2 phần ăn

THÀNH PHẦN:
- ⅓ chén cộng với 1 muỗng canh dầu ô liu
- 4 muỗng canh nước
- 1 tép tỏi, bóc vỏ, tỉa và băm nhỏ
- 1 muỗng cà phê muối biển thô
- 2 chén đậu nấu chín
- Nước cốt của 1 quả chanh
- ½ muỗng cà phê rau mùi
- 1 muỗng cà phê tiêu đen xay
- ½ muỗng cà phê hạt thì là rang
- ½ muỗng cà phê ớt bột, để trang trí
- ¼ chén rau mùi tươi xắt nhỏ

HƯỚNG DẪN:

a) Kết hợp đậu, nước cốt chanh, tỏi, muối, hạt tiêu đen, thì là, rau mùi và rau mùi trong một bộ xử lý thực phẩm cho đến khi kết hợp hoàn toàn.

b) Trong khi máy vẫn chạy, đổ dầu vào.

c) Xử lý cho đến khi hỗn hợp có dạng kem và mịn, thêm nước 1 muỗng canh mỗi lần.

5. Chickpea Hummus với aquafaba

Làm cho: 2,5 ly

Thời gian chuẩn bị: 5 phút

Thời gian nấu ăn: Không có

THÀNH PHẦN:

- 2 chén đậu xanh đóng hộp
- 2 tép tỏi
- 4 muỗng canh tahini làm từ thực vật
- 2 muỗng canh nước cốt chanh, mới vắt
- 2 muỗng cà phê bột thì là
- 1 muỗng cà phê muối
- ½ thìa cà phê ớt bột

AQUAFABA

- ½ chén nước đậu xanh

TOPPING

- Ngò
- Hạt giống rau mùi
- Bột ớt
- đậu xanh nguyên hạt

HƯỚNG DẪN:

ĐỂ LÀM AQUAFABA:

a) Nếu chất lỏng đậu xanh chứa nhiều hạt đậu nhỏ, hãy lọc qua lưới lọc mịn để loại bỏ chúng.

b) Đánh nhẹ chất lỏng cho đến khi sủi bọt, sau đó đong lượng aquafaba cần thiết.

ĐỂ LÀM MÓN NGON:

c) Cho đậu gà, tỏi và aquafaba vào máy xay thực phẩm và xay nhuyễn cho đến khi mịn.

d) Thêm tahini, nước cốt chanh, thì là, muối và bột ớt cho vừa ăn.

e) Xử lý ở tốc độ cao cho đến khi hummus mịn và kem. Nếu cần thiết, phun nước.

f) Múc hummus vào bát phục vụ và rắc lá và hạt ngò tươi lên trên.

g) Làm lạnh trong hộp kín tối đa 5 ngày.

6.   hookah phòng chờ hummus

Làm cho: 8

THÀNH PHẦN:
- ¾ chén dầu ô liu THC
- 3 gam kif
- Một lon đậu garbanzo 15 ounce
- ¾ chén tahini
- 3 muỗng canh nước cốt chanh tươi
- ¼ chén tỏi nướng
- 2 muỗng canh tim atisô, để ráo nước và xắt nhỏ
- ¼ chén ớt đỏ nướng, xắt nhỏ
- 1 muỗng cà phê hạt thì là mới xay
- 1 muỗng cà phê muối
- ½ muỗng cà phê tiêu mới xay
- Bánh mì Pita, được làm nóng trong lò, để phục vụ

HƯỚNG DẪN:
a) Trong một cái chảo nhỏ, làm ấm dầu ô liu THC của bạn trên lửa nhỏ. Thêm kif và để cho nó hòa tan. Loại bỏ nhiệt.

b) Cho đậu garbanzo, tahini, nước cốt chanh, tỏi nướng, tim atisô, ớt đỏ, thì là và ½ chén dầu THC ấm vào máy xay thực phẩm và trộn đến độ đặc mong muốn. Từ từ thêm dầu khi cần thiết.

c) Thêm muối và hạt tiêu. Phục vụ với bánh mì pita ấm.

7. Hummus mầm đậu nành

Làm cho: 4

THÀNH PHẦN:
- 480g đậu nành nấu chín
- 285g ngô ngọt vàng
- 10 nửa quả cà chua khô
- 2 thìa cà phê. bột tỏi
- ½ muỗng cà phê bột paprika
- ½ muỗng cà phê húng quế khô
- 1 muỗng cà phê bột hành
- 2 muỗng canh men dinh dưỡng
- 2 muỗng canh nước cốt chanh
- Nước

HƯỚNG DẪN:
a) Ngâm nửa quả cà chua đã phơi nắng trong nước nóng ít nhất một giờ.
b) Xả và rửa kỹ.
c) Kết hợp tất cả các thành phần trong một bộ xử lý thực phẩm và chế biến cho đến khi mịn và kem.

8. Bí xanh và đậu xanh Hummus

Làm cho: 4
Thời gian chuẩn bị: 30 phút

THÀNH PHẦN:
1. 1 hộp đậu xanh, để ráo nước và rửa sạch
2. 1 tép tỏi, băm nhỏ
3. 1 bí xanh, xắt nhỏ
4. Rau mùi tây xắt nhỏ
5. húng quế xắt nhỏ
6. Muối Himalaya hoặc muối biển
7. Hạt tiêu vừa mới nghiền
8. 4 muỗng canh dầu ô liu
9. Một vắt nước cốt chanh tươi

HƯỚNG DẪN:
a) Pha trộn mọi thứ.

9. Lemony Chickpea và Tahini Hummus

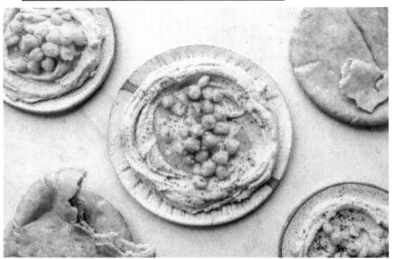

Làm cho: 2
Thời gian chuẩn bị: 10 phút

THÀNH PHẦN:
- Nước cốt chanh từ 1/2 quả chanh
- 1 lon đậu gà khô ngâm nước
- 1 tép tỏi
- 1 muỗng canh tahini
- 1 muỗng canh dầu ô liu

HƯỚNG DẪN:
a) Trộn tất cả mọi thứ cho đến khi mịn.

10.   Món khai vị đậu gà sốt tỏi

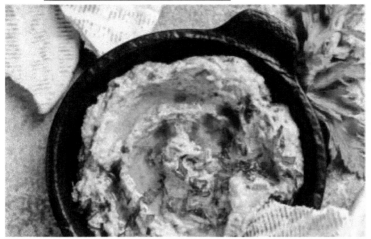

Làm cho: 2
Thời gian chuẩn bị: 10 phút

THÀNH PHẦN:

- 2 tép tỏi
- 1 lon đậu xanh
- 1 muỗng canh Tahini
- Nước cốt chanh từ 1 quả chanh
- 1 muỗng canh dầu ô liu

HƯỚNG DẪN:

a) Trong một bát trộn, trộn tất cả các thành phần.

11. Không có thì là Hummus

THÀNH PHẦN:

- 2 chén đậu xanh, để ráo nước
- 1/2 chén tahini
- Hỗn hợp tỏi
- Nước cốt của 6 quả chanh
- Muối và tiêu.
- Rắc rất nhẹ ớt đỏ mảnh

HƯỚNG DẪN:

a) Trộn trong máy xay sinh tố.

b) Nếu quá đặc, thêm nhiều nước từ đậu xanh để làm mịn nó.

12. Bí xanh và đậu xanh Hummus

Làm cho: 4
Thời gian chuẩn bị: 30 phút

THÀNH PHẦN:
- 1 hộp đậu xanh, để ráo nước và rửa sạch
- 1 tép tỏi, băm nhỏ
- 1 bí xanh, xắt nhỏ
- Rau mùi tây xắt nhỏ
- húng quế xắt nhỏ
- Muối Himalaya hoặc muối biển
- Hạt tiêu vừa mới nghiền
- 4 muỗng canh dầu ô liu
- Một vắt nước cốt chanh tươi

HƯỚNG DẪN:
a) Pha trộn mọi thứ.

13. Jalapeño-Cilantro Hummus

Làm cho: 6

THÀNH PHẦN:
- 1 (15-ounce) lon đậu xanh, để ráo nước và rửa sạch
- 1 chén lá ngò, cộng thêm để trang trí
- 2 quả jalapeños nhỏ, bỏ hạt và thái nhỏ
- 1 tép tỏi
- ¼ chén nước cốt chanh tươi
- 2 muỗng canh tahini (bột mè)
- 1 muỗng canh dầu ô liu

HƯỚNG DẪN:
a) Trong một bộ xử lý thực phẩm, xay nhuyễn đậu xanh, rau mùi, jalapeños và tỏi cho đến khi mịn.

b) Thêm nước cốt chanh, tahini và dầu và chế biến cho đến khi được trộn đều. Nếu hỗn hợp quá đặc, hãy thêm nước, mỗi lần 1 muỗng canh, cho đến khi đạt được độ đặc mong muốn.

c) Phục vụ hummus ngay lập tức, trang trí thêm rau mùi, hoặc đậy nắp và cho vào tủ lạnh trong tối đa 2 ngày.

14.   Yuzu Hummus

THÀNH PHẦN:

- 2 chén đậu gà nấu chín (đậu garbanzo)
- 1/4 cốc (59 ml) nước ép Yuzu tươi
- 1/4 cốc (59 ml) tahini
- Nửa tép tỏi lớn, băm nhỏ
- 2 muỗng canhỒliu dầu hoặccây thì là **dầu**, cộng với nhiều hơn nữa để phục vụ
- 1/2 đến 1 muỗng cà phê muối
- 1/2 muỗng cà phê thì là
- 2 đến 3 muỗng canh nước
- Một chút ớt bột để phục vụ

HƯỚNG DẪN:

a) Kết hợp tahini và nước ép yuzu và trộn trong 1 phút. Thêm dầu ô liu, tỏi băm nhỏ, thì là và muối vào hỗn hợp tahini và chanh. Xử lý trong 30 giây, cạo hai bên và sau đó xử lý thêm 30 giây nữa.

b) Cho một nửa số đậu xanh vào máy xay thực phẩm và chế biến trong 1 phút. Cạo các mặt, thêm đậu xanh còn lại và chế biến trong 1 đến 2 phút.

c) Chuyển hummus vào một cái bát sau đó rưới khoảng 1 muỗng canh dầu ô liu lên trên và rắc ớt bột.

15.   Back-To-Basic Hummus

Làm khoảng 2 cốc

THÀNH PHẦN:
- 3 đến 4 tép tỏi
- 11⁄2 chén nấu chín hoặc 1 lon (15,5 ounce) đậu xanh, để ráo nước và rửa sạch
- 1 cốc Nước cốt của 1 quả chanh
- 1⁄2 muỗng cà phê muối
- 1⁄8 muỗng cà phê cayenne xay
- 2 muỗng canh dầu ô liu
- Ớt bột ngọt hoặc hun khói, để trang trí

HƯỚNG DẪN:
a) Trong một bộ xử lý thực phẩm, xử lý tỏi cho đến khi băm nhỏ. Thêm đậu xanh và tahini và chế biến cho đến khi mịn. Thêm nước cốt chanh, muối cho vừa ăn, ớt cayenne và chế biến cho đến khi kết hợp tốt.

b) Khi máy đang chạy, cho dầu vào và xử lý cho đến khi mịn. Hương vị, điều chỉnh gia vị nếu cần thiết. Chuyển sang một bát vừa và rắc ớt bột để phục vụ. Nếu không sử dụng ngay, hãy đậy nắp và làm lạnh cho đến khi cần dùng. Bảo quản đúng cách sẽ giữ được trong tủ lạnh tối đa 4 ngày.

16. Hummus ớt đỏ nướng

Làm khoảng 11/2 cốc

THÀNH PHẦN:
- 2 tép tỏi, nghiền nát
- 11/2 chén nấu chín hoặc 1 lon (15,5 ounce) đậu xanh, để ráo nước và rửa sạch
- 2 quả ớt đỏ nướng
- 1 muỗng canh nước cốt chanh tươi
- Muối
- cayenne đất

HƯỚNG DẪN:
a) Trong một bộ xử lý thực phẩm, xử lý tỏi cho đến khi băm nhỏ. Thêm đậu xanh và ớt đỏ và chế biến cho đến khi mịn.

b) Thêm nước cốt chanh, muối và cayenne cho vừa ăn. Xử lý cho đến khi được trộn đều. Hương vị, điều chỉnh gia vị nếu cần thiết.

c) Chuyển sang một bát vừa và phục vụ. Nếu không sử dụng ngay, hãy đậy nắp và làm lạnh cho đến khi cần dùng. Được bảo quản đúng cách, nó sẽ giữ được tối đa 3 ngày.

17. Hummus đậu trắng và thì là

Làm khoảng 2 cốc

Dillweed thêm một sắc thái hương vị tuyệt vời cho món hummus này, mang lại cho nó một hương vị sảng khoái khiến nó khác biệt với hương vị hummus truyền thống. Ăn kèm với bánh gạo hoặc lát dưa chuột giòn để chấm. Hãy thử các loại thảo mộc khác nhau, chẳng hạn như hương thảo.

THÀNH PHẦN:
● 2 tép tỏi, nghiền nát
● 11⁄2 chén nấu chín hoặc 1 lon (15,5 ounce) đậu trắng, chẳng hạn như Great Northern, để ráo nước và rửa sạch
● 2 thìa nước cốt chanh tươi
● 1⁄4 chén thì là tươi hoặc 2 muỗng canh khô
● 1⁄8 muỗng cà phê cayenne xay
● 2 muỗng canh dầu ô liu

HƯỚNG DẪN:
a) Trong một bộ xử lý thực phẩm, xử lý tỏi cho đến khi băm nhỏ. Thêm đậu xanh và tahini và chế biến cho đến khi mịn. Thêm nước chanh, thì là, muối và cayenne và chế biến cho đến khi được trộn đều.

b) Khi máy đang chạy, cho dầu vào và xử lý cho đến khi mịn. Hương vị, điều chỉnh gia vị nếu cần thiết. Chuyển sang một bát vừa và đậy nắp và làm lạnh 2 giờ trước khi ăn. Các hương vị cải thiện và tăng cường nếu được thực hiện trước. Được bảo quản đúng cách, nó sẽ giữ được tối đa 3 ngày.

18.   Smoky Chipotle-Pinto Hummus

Làm khoảng 11⁄2 cốc

THÀNH PHẦN:
● 1 tép tỏi, nghiền nát
● 11⁄2 chén nấu chín hoặc 1 lon (15,5 ounce) đậu pinto, để ráo nước và rửa sạch
● 2 muỗng cà phê nước cốt chanh tươi
● Muối và hạt tiêu đen mới xay
● 1 muỗng canh hành lá băm nhỏ, để trang trí

HƯỚNG DẪN:
a) Trong một bộ xử lý thực phẩm, xử lý tỏi cho đến khi băm nhỏ. Thêm đậu và chipotle và chế biến cho đến khi mịn. Thêm nước cốt chanh và muối và hạt tiêu cho vừa ăn. Xử lý cho đến khi được trộn đều.

b) Chuyển sang một bát vừa và rắc hành lá. Dùng ngay hoặc đậy nắp và để trong tủ lạnh từ 1 đến 2 giờ để hương vị đậm đà hơn.

c) Được bảo quản đúng cách, nó sẽ giữ được tối đa 3 ngày.

19. <u>món khai vị tự chế</u>

Làm khoảng 2 cốc

THÀNH PHẦN:
● 1 15 oz. lon (425g) đậu xanh, để ráo nước/rửa sạch (chất lỏng dự trữ)
● ¼ cốc (60mL) lon đậu xanh dạng lỏng (hoặc nước phụ)
● 1 muỗng canh tỏi băm
● 1 muỗng tahini
● 1 ½ muỗng canh nước cốt chanh
● ½ muỗng cà phê thì là
● ¼ muỗng cà phê muối
● ¼ muỗng cà phê ớt bột
● ⅛ muỗng cà phê ớt cayenne, để nếm thử
● ⅛ muỗng cà phê hạt tiêu, để hương vị

HƯỚNG DẪN:
a) Kết hợp tất cả các thành phần trong một bộ xử lý thực phẩm.
b) Cạo nửa chừng các mặt và điều chỉnh gia vị cho vừa ăn.

20. Hummus Bắc Ấn Độ

Làm cho: 2 CUPS

THÀNH PHẦN:
- 2 cốc (396 g) đậu hoặc đậu lăng nấu chín
- Nước cốt của 1 quả chanh vừa
- 1 tép tỏi, bóc vỏ, tỉa và băm nhỏ
- 1 muỗng cà phê muối biển thô
- 1 muỗng cà phê tiêu đen xay
- ½ muỗng cà phê hạt thì là rang
- ½ muỗng cà phê rau mùi
- ¼ cốc (4 g) rau mùi tươi xắt nhỏ
- ⅓ cốc (79 mL) cộng với 1 thìa dầu ô liu
- 1–4 thìa canh (15–60 mL) nước
- ½ muỗng cà phê ớt bột, để trang trí

HƯỚNG DẪN:
a) Trong một bộ xử lý thực phẩm, kết hợp các loại đậu hoặc đậu lăng, nước chanh, tỏi, muối, hạt tiêu đen, thì là, rau mùi và rau mùi. Xử lý cho đến khi trộn đều.
b) Khi máy vẫn chạy, thêm dầu. Tiếp tục xay cho đến khi hỗn hợp sánh mịn như kem, thêm nước nếu cần, mỗi lần 1 thìa canh.

21. Hummus siêu mịn

Làm cho: 8

THÀNH PHẦN:
- 2 (14-ounce) lon đậu xanh
- 2 tép tỏi, đập dập
- ¼ muỗng cà phê thì là
- Nước cốt của 1 quả chanh, cộng thêm nếu cần
- ½ chén tahini
- 2 muỗng canh dầu ô liu nguyên chất, cộng với nhiều hơn để phục vụ
- muối biển dễ vỡ
- Hạt thông nướng, để phục vụ (tùy chọn)

HƯỚNG DẪN:
a) Trong nồi áp suất, kết hợp đậu xanh, chất lỏng từ lon và tỏi. Đậy nắp và nấu ở áp suất cao trong 10 phút. Xả nhanh hoặc tự nhiên, sau đó mở ra khi áp suất giảm xuống.

b) Dự trữ ½ cốc chất lỏng nấu ăn và để ráo phần còn lại. Chuyển đậu gà và tỏi vào máy xay thực phẩm và xay cho đến khi gần như mịn, khoảng 3 phút. Thêm thì là, nước cốt chanh, tahini và dầu ô liu và trộn đều, khoảng 1 phút. Trong khi xay nhuyễn, thêm từ từ chất lỏng nấu ăn dự trữ, mỗi lần 1 muỗng canh, cho đến khi đạt được độ đặc mong muốn. Hương vị và thêm muối khi cần thiết.

c) Thìa hummus vào một cái bát. Phục vụ với dầu ô liu và hạt thông nướng, nếu muốn. Bảo quản hummus trong tủ lạnh trong hộp kín tối đa 1 tuần.

22. đậu nành hummus

Làm cho: 1 phần ăn

THÀNH PHẦN:
- 1 chén đậu nành khô - ngâm và để ráo nước
- 3 thìa nước cốt chanh
- ¼ chén dầu Olive
- 2 muỗng canh rau mùi tây tươi xắt nhỏ
- 1 tép tỏi
- Muối và tiêu

HƯỚNG DẪN:
a) Nghiền tất cả các thành phần trong một bộ xử lý thực phẩm cho đến khi mịn.
b) Thưởng thức.

23. Hummus đậu gà cà ri

Làm cho: 4

TỔNG THỜI GIAN: 25 PHÚT

ẨM THỰC:LEBANE

THÀNH PHẦN:

- 1/2 chén đậu xanh khô; ướt sũng
- 1 lá nguyệt quế
- 1/4 muỗng cà phê bột thì là
- 1/4 bó Mùi tây; băm nhỏ.
- 1/4 muỗng cà phê ớt bột
- 2 tép tỏi
- 1 muỗng tahini
- 1/2 quả chanh; nước trái cây
- 1/4 muỗng cà phê muối biển
- 1 muỗng canh dầu ô liu

HƯỚNG DẪN:

a) Trong Instant Pot, kết hợp 3 cốc nước, đậu xanh, lá nguyệt quế và tép tỏi.

b) Đậy nắp nồi liền và nấu ở áp suất cao trong 18 phút.

c) Thực hiện thao tác Nhả tự nhiên và mở nắp nồi tức thì khi nghe thấy tiếng bíp.

d) Loại bỏ lá nguyệt quế và lọc đậu xanh đã nấu chín.

e) Xào trong 2 phút trong Instant Pot với dầu và các THÀNH PHẦN bổ sung:. Trộn.

f) Kết hợp tất cả các thành phần trong một bát trộn và phục vụ.

24. Red Pepper Hummus (Không đậu)

LÀM 2 CỐC

- ½ chén hạt vừng, nghiền thành bột
- 2 muỗng cà phê tỏi băm nhỏ
- 1 muỗng cà phê muối biển
- 2 chén ớt chuông đỏ hạt và thái hạt lựu
- 1/3 chén tahini
- ¼ chén nước cốt chanh
- ½ muỗng cà phê thì là

HƯỚNG DẪN:

a) Trong một bộ xử lý thực phẩm, chế biến hạt vừng, tỏi và muối thành những miếng nhỏ.

b) Thêm các THÀNH PHẦN còn lại: và xử lý cho đến khi mịn.

c) Sẽ giữ được 2 ngày trong tủ lạnh.

25. <u>Zucchini Hummus</u>

Làm cho: 4

THÀNH PHẦN:
- 4 chén zucchini, xắt nhỏ
- 3 muỗng canh nước dùng chay
- ¼ chén dầu ô liu
- Muối và hạt tiêu đen để hương vị
- 4 tép tỏi, băm nhỏ
- ¾ chén bột mè
- ½ cốc nước cốt chanh
- 1 thìa thì là, xay

HƯỚNG DẪN:
a) Đặt nồi tức thời của bạn ở chế độ xào, thêm một nửa dầu, đun nóng, thêm bí xanh và tỏi, khuấy đều và nấu trong 2 phút.

b) Thêm nước dùng, muối và hạt tiêu, đậy nắp nồi và nấu ở nhiệt độ cao thêm 4 phút nữa.

c) Chuyển zucchini vào máy xay sinh tố của bạn, thêm phần dầu còn lại, bột hạt mè, nước cốt chanh và thì là, xay nhuyễn, chuyển ra bát và dùng như một món ăn nhẹ.

d) Thưởng thức!

26. <u>món khai vị cơ bản</u>

Làm cho: 6

THÀNH PHẦN:
1¼ chén / 250 g đậu xanh khô
1 muỗng cà phê muối nở
6½ cốc / 1,5 lít nước
1 cốc cộng với 2 muỗng canh / 270 g bột tahini nhẹ
4 muỗng canh nước cốt chanh tươi
4 tép tỏi, đập dập
6½ muỗng canh / 100 ml nước lạnh
muối

HƯỚNG DẪN:
a) Đêm hôm trước, cho đậu xanh vào một cái bát lớn và đổ nước lạnh ít nhất gấp đôi thể tích của chúng. Để ngâm qua đêm.

b) Ngày hôm sau, để ráo đậu gà. Đặt một cái chảo vừa trên lửa lớn và thêm đậu xanh đã ráo nước và baking soda. Nấu khoảng 3 phút, khuấy liên tục. Thêm nước và đun sôi. Nấu, hớt hết bọt và da nổi lên trên mặt nước. Đậu xanh sẽ cần nấu từ 20 đến 40 phút, tùy thuộc vào loại và độ tươi, đôi khi còn lâu hơn. Sau khi hoàn thành, chúng sẽ rất mềm, dễ dàng vỡ ra khi ấn vào giữa ngón tay cái và ngón tay cái của bạn, gần như không quá nhão.

c) Xả đậu xanh. Bây giờ bạn nên có khoảng 3⅔ cốc / 600 g. Cho đậu gà vào máy xay thực phẩm và chế biến cho đến khi thu được hỗn hợp sệt. Sau đó, khi máy vẫn đang chạy, thêm bột tahini, nước cốt chanh, tỏi và 1½ thìa cà phê muối. Cuối cùng, cho từ từ nước đá vào và trộn đều trong khoảng 5 phút, cho đến khi bạn có được một hỗn hợp rất mịn và sệt.

d) Chuyển hummus vào một cái bát, phủ lên bề mặt bằng màng bọc thực phẩm và để yên trong ít nhất 30 phút. Nếu không sử dụng ngay, hãy làm lạnh cho đến khi cần. Đảm bảo lấy nó ra khỏi tủ lạnh ít nhất 30 phút trước khi ăn.

27. Hummus Kawarma (Thịt cừu) sốt chanh

Làm cho: 6

món khai vị cơ bản, dự trữ 4 muỗng canh đậu xanh nấu chín để trang trí

mùi tây lá phẳng xắt nhỏ, để trang trí

2 muỗng canh hạt thông, nướng trong lò hoặc chiên với một ít bơ không ướp muối

THÀNH PHẦN:

KAWARMA
- 10½ oz / 300 g phi lê cổ cừu, thái nhỏ bằng tay
- ¼ muỗng cà phê tiêu đen mới xay
- ¼ muỗng cà phê tiêu trắng mới xay
- 1 muỗng cà phê tiêu xay
- ½ muỗng cà phê bột quế
- một nhúm hạt nhục đậu khấu tươi
- 1 muỗng cà phê lá za'atar hoặc oregano khô nghiền nát
- 1 muỗng canh giấm rượu trắng
- 1 muỗng canh bạc hà xắt nhỏ
- 1 muỗng canh rau mùi tây lá phẳng
- 1 muỗng cà phê muối
- 1 muỗng canh bơ không ướp muối hoặc ghee
- 1 muỗng cà phê dầu ô liu

NƯỚC MẮM CHANH
- ⅓ oz / 10 g rau mùi tây lá phẳng, thái nhỏ
- 1 quả ớt xanh, thái nhỏ
- 4 muỗng canh nước cốt chanh tươi
- 2 muỗng canh giấm rượu trắng
- 2 tép tỏi, nghiền nát
- ¼ muỗng cà phê muối

HƯỚNG DẪN:

a) Để làm kawarma, hãy đặt tất cả các nguyên liệu ngoài bơ hoặc ghee và dầu vào một bát vừa. Trộn đều, đậy nắp và để hỗn hợp ướp trong tủ lạnh trong 30 phút.

b) Ngay trước khi bạn chuẩn bị nấu thịt, hãy cho tất cả các nguyên liệu làm sốt chanh vào một cái bát nhỏ và khuấy đều.

c) Đun nóng bơ hoặc ghee và dầu ô liu trong chảo lớn trên lửa vừa và cao. Cho thịt vào làm hai hoặc ba mẻ và đảo đều khi bạn chiên mỗi mẻ trong 2 phút. Thịt phải có màu hồng nhạt ở giữa.

d) Chia hummus cho 6 bát cạn riêng lẻ, để lại một lỗ nhỏ ở giữa mỗi bát. Thìa kawarma ấm vào chỗ rỗng và rắc đậu xanh đã để sẵn. Rưới đều nước sốt chanh và trang trí với một ít rau mùi tây và hạt thông.

28.   Musabaha & pita nướng

Làm cho: 6

THÀNH PHẦN:
- 1¼ chén / 250 g đậu xanh khô
- 1 muỗng cà phê muối nở
- 1 muỗng canh thì là
- 4½ muỗng canh / 70 g bột tahini nhẹ
- 3 muỗng canh nước cốt chanh tươi
- 1 tép tỏi, nghiền nát
- 2 muỗng canh nước đá lạnh
- 4 bánh pita nhỏ (tổng cộng 4 oz / 120 g)
- 2 muỗng canh dầu ô liu
- 2 muỗng canh rau mùi tây lá phẳng
- 1 muỗng cà phê ớt bột ngọt
- muối và hạt tiêu đen mới xay

SỐT TAHINI
- 5 muỗng canh / 75 g bột tahini nhẹ
- ¼ cốc / 60ml nước
- 1 muỗng canh nước cốt chanh tươi
- ½ tép tỏi, nghiền nát

NƯỚC MẮM CHANH
- ⅓ oz / 10 g rau mùi tây lá phẳng, thái nhỏ
- 1 quả ớt xanh, thái nhỏ
- 4 muỗng canh nước cốt chanh tươi
- 2 muỗng canh giấm rượu trắng
- 2 tép tỏi, nghiền nát
- ¼ muỗng cà phê muối

HƯỚNG DẪN:
a) Theo món khai vị cơ bản công thức cho phương pháp ngâm và nấu đậu xanh, nhưng nấu ít hơn một chút; chúng phải còn lại một chút sức đề kháng nhưng vẫn được nấu chín hoàn toàn. Để ráo

đậu xanh đã nấu chín, để riêng ⅓ cốc / 450 g) với nước nấu đã để riêng, thì là, ½ thìa cà phê muối và ¼ thìa cà phê tiêu. Giữ ấm hỗn hợp.

b) Cho số đậu xanh còn lại (1 cốc/150 g) vào máy xay nhỏ và chế biến cho đến khi thu được hỗn hợp sệt. Sau đó, với máy vẫn đang chạy, thêm bột tahini, nước cốt chanh, tỏi và ½ muỗng cà phê muối. Cuối cùng, cho từ từ nước đá vào và trộn trong khoảng 3 phút, cho đến khi bạn có được một hỗn hợp kem mịn và sệt. Để hummus sang một bên.

c) Trong khi nấu đậu xanh, bạn có thể chuẩn bị các thành phần khác của món ăn. Đối với sốt tahini, cho tất cả các nguyên liệu và một chút muối vào một bát nhỏ. Trộn đều và thêm một ít nước nếu cần để có được hỗn hợp đặc hơn một chút so với mật ong.

d) Tiếp theo, trộn tất cả các nguyên liệu làm nước sốt chanh lại với nhau và để sang một bên.

e) Cuối cùng, mở pitas ra, xé hai bên ra. Đặt dưới vỉ nướng nóng trong 2 phút, cho đến khi vàng và khô hoàn toàn. Để nguội trước khi chia thành các miếng có hình dạng kỳ lạ.

f) Chia hummus cho bốn bát nông riêng lẻ; không cân bằng hoặc nhấn nó xuống, bạn muốn chiều cao. Cho đậu xanh ấm lên thìa, tiếp theo là sốt tahini, sốt chanh và một ít dầu ô liu. Trang trí với rau mùi tây và rắc ớt bột và phục vụ, kèm theo những miếng pita nướng.

29. <u>món khai vị thật</u>

Làm cho: 20

THÀNH PHẦN:
- 19oz đậu garbanzo, dành riêng một nửa chất lỏng
- 2 muỗng tahini
- 2 tép tỏi, chia
- 4 muỗng canh nước luộc rau
- 4 thìa nước cốt chanh
- 1 muỗng cà phê muối
- hạt tiêu đen để hương vị

HƯỚNG DẪN:
a) Bắt đầu bằng cách băm nhỏ tỏi, sau đó kết hợp nó với đậu garbanzo trong máy xay sinh tố và xay nhuyễn. Dự trữ 1 muỗng canh đậu garbanzo để trang trí.

b) Trong máy xay, trộn chất lỏng dành riêng, nước cốt chanh tahini và muối. Trộn hỗn hợp cho đến khi nó mịn và kem.

c) Đổ đầy một nửa bát phục vụ với hỗn hợp.

d) Nêm hạt tiêu và đổ nước luộc rau vào. Trang trí với đậu garbanzo nếu muốn.

30. atisô hummus

Thực hiện: 16 phần ăn

THÀNH PHẦN:
- 2 chén đậu garbanzo nấu chín
- 1 chén Atisô trái tim
- 6 tép tỏi
- 2 quả chanh
- ½ thìa ớt bột
- ½ muỗng cà phê thì là
- ½ muỗng cà phê muối Kosher
- ½ thìa cà phê Tiêu trắng
- dầu ô liu nguyên chất

HƯỚNG DẪN:
a) Vắt chanh. Kết hợp tất cả các thành phần trừ dầu trong tô của máy xay thực phẩm, bật và từ từ đổ dầu ô liu vào khi các thành phần đang được chế biến thành dạng kem đặc.

31. Cần tây với hummus đậu trắng

Thực hiện: 2 phần ăn

THÀNH PHẦN:
- ¼ pound Quả thận trắng đóng hộp để ráo nước đã được rửa sạch; (cannellini) đậu
- 1 thìa Tahini; (bột vừng)
- 2 muỗng cà phê hẹ xắt nhỏ
- 2 muỗng cà phê nước cốt chanh tươi
- ¼ muỗng cà phê bột tỏi
- 1 chút tiêu
- 1 muỗng canh thì là tươi thái nhỏ HOẶC 1/2 muỗng cà phê thì là khô
- 2 vừa Sườn cần tây cắt thành mười miếng 2\"

HƯỚNG DẪN:

a) Nấu nhẹ nhàng đơn giản Trong máy xay thực phẩm, kết hợp tất cả các thành phần trừ thì là và cần tây và chế biến cho đến khi hỗn hợp giống như một hỗn hợp nhuyễn. Cho thì là vào xào. Rải một lượng hỗn hợp đậu bằng nhau lên từng miếng cần tây.

32. hummus đậu kỳ lạ

Làm cho: 1 phần ăn

THÀNH PHẦN:
- 2 chén đậu trắng nấu chín
- 1 thìa Tahini; (bơ mè)
- 1 muỗng canh tỏi băm nhỏ
- 3 thìa nước cốt chanh tươi
- 2 muỗng canh Rau mùi tây xắt nhỏ
- 1 thìa bạc hà xắt nhỏ; không bắt buộc
- 1 muỗng cà phê mù tạt nguyên hạt
- ¼ muỗng cà phê dầu mè cay; hoặc nếm thử
- Muối; nếm thử
- Hạt tiêu vừa mới nghiền; nếm thử

HƯỚNG DẪN:
a) Trong một bộ xử lý thực phẩm hoặc máy xay sinh tố, thêm tất cả các thành phần trừ dầu mè và muối và hạt tiêu và chế biến cho đến khi mịn. Thêm dầu mè nóng, muối và hạt tiêu cho vừa ăn và kết hợp với một vài tiếng nổ ngắn.

b) Pha loãng nếu muốn với một ít chất lỏng nấu đậu, nước hoặc bơ sữa.

c) Bảo quản trong tủ lạnh tối đa 5 ngày. Công thức này tạo ra khoảng 2 cốc hummus.

33. <u>món khai vị ngày lễ</u>

Thực hiện: 1 Khẩu phần

THÀNH PHẦN:
- 2 tép tỏi vừa; (lên đến 3)
- 1 bó mùi tây tươi
- 2 củ hành lá lớn; cắt thành miếng 1-inch
- 2 hộp (15-1/2 oz) đậu xanh; rửa sạch và để ráo nước
- 6 muỗng canh Tahini
- 6 thìa nước cốt chanh tươi
- 1 muỗng cà phê muối

HƯỚNG DẪN:
a) Cho tỏi, rau mùi tây và hành lá vào máy xay thực phẩm và băm nhỏ.

b) Thêm đậu xanh, tahini, nước cốt chanh và muối rồi xay nhuyễn thành hỗn hợp đặc sệt.

c) Bảo quản trong hộp bảo quản có nắp đậy kín và để trong tủ lạnh.

34. <u>sốt bơ hummus</u>

Làm cho: 3 cốc

THÀNH PHẦN:
- 1 quả bơ chín, bóc vỏ
- 2 chén Hummus bi tahini
- 1 mỗi Hành lá, xắt nhỏ
- 1 quả cà chua nhỏ, xắt nhỏ
- 1 muỗng canh ớt xanh, xắt nhỏ
- Dầu ô liu
- Rau mùi, xắt nhỏ
- banh my Pita

HƯỚNG DẪN:
a) Múc bơ vào một bát vừa. Nghiền và thêm hummus, trộn kỹ. Nhẹ nhàng khuấy trong hành lá, cà chua và ớt. Kiểm tra gia vị. Che & tủ lạnh. Trước khi phục vụ, rưới dầu ô liu và trang trí với rau mùi. Phục vụ với nêm pita.

35. Hummus với cà chua khô và ngò

Làm cho: 3 cốc

THÀNH PHẦN:
- 2½ chén đậu gà đã nấu chín (1 chén khô), để ráo nước (để lại một ít chất lỏng) -hoặc-
- 1 lon, (15-ounce) để ráo nước (dự trữ một ít chất lỏng)
- 3 tép tỏi lớn, thái nhỏ (hoặc tùy khẩu vị)
- ¼ chén nước cốt chanh
- 3 muỗng canh dầu ô liu -hoặc-
- 2 muỗng canh dầu ô liu -và-
- 1 muỗng canh dầu ô liu hương ớt
- 3 muỗng canh mè tahini
- ¼ cốc sữa chua ít béo hoặc không béo (thêm nếu cần)
- ½ muỗng cà phê thì là
- 3 quả cà chua phơi khô trong dầu, xắt nhỏ (tối đa 4 quả)
- ¼ chén rau mùi tươi, thái nhỏ
- Muối
- 1 chút ớt cayenne, hoặc nếm thử (tùy chọn)
- Một ít rau mùi tươi thái nhỏ để trang trí

HƯỚNG DẪN:

a) Băm tỏi trong máy xay thực phẩm có lưỡi thép. Thêm đậu xanh. Xử lý trong khoảng một phút, cho đến khi đậu xanh được cắt nhỏ và có nhiều bột.

b) Thêm nước cốt chanh, dầu ô liu, tahini, một nửa sữa chua và một chút ớt cayenne. Xử lý cho đến khi mịn. Pha loãng như mong muốn với sữa chua còn lại và thêm một ít dầu ô liu. Hỗn hợp phải mịn nhưng không chảy nước. Nếu hỗn hợp có vẻ quá khô, hãy thêm một chút chất lỏng dành riêng từ đậu xanh hoặc thêm một chút dầu.

c) Lấy hỗn hợp ra khỏi bộ xử lý thực phẩm và đặt vào tô. Cho cà chua phơi nắng xắt nhỏ và rau mùi thái nhỏ vào khuấy đều. Hương vị và điều chỉnh gia vị. Trang trí với rau mùi thái nhỏ.

d) Ăn kèm với rau sống và/hoặc bánh mì pita cắt miếng hình tam giác.

36.   Hummus với hạt thông nướng và dầu mùi tây

Làm cho: 1 phần ăn

THÀNH PHẦN:
- ¼ chén nhánh rau mùi tây lá dẹt tươi đóng gói
- ; cộng với 2 đến 3 nhánh bổ sung
- ¾ chén dầu ôliu nguyên chất
- 3 thìa hạt thông
- 1 muỗng cà phê hạt thì là
- 2 lon đậu xanh; (19-ounce)
- 4 tép tỏi
- ⅔ chén tahini khuấy đều*; (Trung Đông
- ; mè dán)
- ⅔ cốc nước
- 5 thìa nước cốt chanh tươi
- 1 muỗng cà phê muối
- chip pita nướng

HƯỚNG DẪN:
a) Làm nóng lò trước ở 350 độ.

b) Trong máy xay sinh tố hoặc máy xay thực phẩm nhỏ xay nhuyễn ¼ chén rau mùi tây với ¼ chén dầu. Đổ hỗn hợp qua một cái rây mịn đặt trên một cái bát, ấn mạnh vào chất rắn và loại bỏ chất rắn.

c) Trong một chảo nướng nhỏ nướng hạt thông và hạt thì là, thỉnh thoảng khuấy, cho đến khi các loại hạt có màu vàng, khoảng 10 phút.

d) Trong một cái chao, rửa sạch và để ráo nước đậu gà và cho vào máy xay thực phẩm ½ cốc với tỏi cho đến khi tỏi băm nhuyễn.

e) Thêm tahini, nước, nước cốt chanh, muối, đậu xanh còn lại và ½ chén dầu ô liu còn lại và xay nhuyễn cho đến khi mịn. Công thức có thể được chuẩn bị cho đến thời điểm này trước 3 ngày.

f) Giữ dầu hummus và rau mùi tây ướp lạnh, đậy nắp, hạt thông và hạt thì là trong hộp kín ở nhiệt độ phòng. Mang dầu mùi tây đến nhiệt độ phòng trước khi sử dụng.

g) Tách lá từ cành mùi tây bổ sung. Chia hummus giữa 2 đĩa nông và ngọn mịn. Rưới sốt hummus với dầu mùi tây và rắc rau mùi tây, hạt thông và hạt thì là.

h) Phục vụ hummus với bánh mì nướng pita.

37. Hummus với bí ngô và lựu

Thực hiện: 4 phần ăn

THÀNH PHẦN:
- 1 chén đậu xanh nấu chín
- 1 chén Bí ngô, nấu chín và nghiền, hoặc bí ngô đóng hộp
- 2 muỗng canh Tahini, orig được gọi cho 1/3 cốc
- ¼ chén mùi tây tươi, băm nhỏ
- 3 tép tỏi, băm nhỏ
- 2 quả lựu

a) Bánh mì pita, tách đôi và hâm nóng, hoặc các loại bánh quy giòn khác, bánh mì, rau

b) Nghiền đậu xanh, bí ngô, tahini, rau mùi tây và tỏi cho đến khi mịn.

c) Chuyển sang đĩa phục vụ.

d) Bánh mì mở quả lựu và tách hạt ra khỏi màng bên trong. Rắc hạt anh ấy lên trên món khai vị đã được ướp lạnh hoặc ở nhiệt độ phòng cùng với bánh pita hoặc các loại "gáo" khác.

38. Hummus với gia vị cà chua

Làm cho: 6 phần ăn

THÀNH PHẦN:
- 16 lon đậu xanh
- 1 quả chanh
- 1 tép tỏi
- ½ muỗng cà phê Tahini
- 2 muỗng canh dầu ô liu
- ½ muỗng cà phê muối
- 1 củ hành tây
- 1 quả cà chua
- 1 chén rau mùi tây xắt nhỏ

HƯỚNG DẪN:
a) Để ráo đậu xanh, để dành ¼ cốc chất lỏng. Vắt nước từ quả chanh.
b) Băm nhỏ tỏi, xay nhuyễn đậu xanh và nước cốt chanh, tỏi, tahini, dầu và muối trong máy xay thực phẩm cho đến khi rất mịn.
c) Băm nhỏ hành tây và cà chua và trộn với rau mùi tây. Cho hummus ra đĩa và bày gia vị bên cạnh.
d) Rưới sốt hummus với dầu ô liu bổ sung.

39. Món sốt hummus ít béo

Thực hiện: 4 phần ăn

THÀNH PHẦN:
- 1 lon (16 oz) đậu garbanzo; đậu xanh
- 1 muỗng cà phê Tahini
- 1 muỗng cà phê dầu ô liu siêu nguyên chất
- 1 muỗng cà phê tỏi băm nhỏ
- 1 muỗng canh Nước
- ¼ muỗng cà phê tiêu
- 2 thìa cà phê nước cốt chanh tươi
- ớt cayenne để hương vị
- ½ muỗng cà phê thì là
- ⅛ muỗng cà phê muối
- 2 Trứng luộc chín; loại bỏ lòng đỏ
- 2 muỗng canh ô liu đen xắt nhỏ
- 1 nhánh mùi tây

HƯỚNG DẪN:

a) Xả và rửa sạch đậu garbanzo. Cố gắng loại bỏ càng nhiều lớp vỏ lỏng bên ngoài của đậu trong quá trình rửa càng tốt. Loại bỏ các lớp phủ bên ngoài này. Chế biến tất cả các thành phần trừ trứng, ô liu và rau mùi tây trong máy xay sinh tố hoặc máy xay thực phẩm cho đến khi mịn. Đặt trong một món ăn phục vụ.

b) Loại bỏ lòng đỏ trứng và để dành cho công thức khác hoặc loại bỏ. Cắt lòng trắng trứng thành từng miếng nhỏ, trộn với ô liu và rắc lên trên.

c) Trang trí với mùi tây để phục vụ.

40. Saskatchewan hummus

Thực hiện: 12 phần ăn

THÀNH PHẦN:
- ¼ chén bơ đậu phộng
- ½ muỗng cà phê thì là
- ½ muỗng cà phê muối
- 2 tép tỏi
- 2 thìa nước cốt chanh
- 3 muỗng canh; nước nóng
- 1 muỗng cà phê dầu mè
- 2½ chén đậu vàng; nấu chín
- Rau mùi tây sạch
- Đậu phộng; không bắt buộc
- ô liu đen; không bắt buộc

Hầu hết các công thức nấu ăn Hummus đều bắt đầu với đậu Garbanzo; biến thể này sử dụng đậu Hà Lan tách vỏ màu vàng và một ít bơ đậu phộng.

HƯỚNG DẪN:
a) Kết hợp bơ đậu phộng, thì là, muối và tỏi. Thêm nước cốt chanh, nước nóng và dầu mè; trộn kỹ. Xay nhuyễn đậu Hà Lan; thêm bơ đậu phộng và trộn. Trang trí với rau mùi tây và đậu phộng xắt nhỏ tùy chọn hoặc ô liu đen thái lát. Ăn với bánh mì Pita và rau tươi để nhúng.

41. Pesto hummus

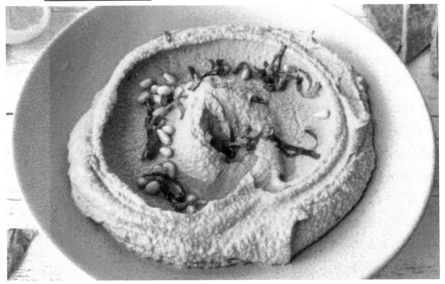

Làm cho: 1 phần ăn

THÀNH PHẦN:
- 1 lon Chickpeas (đậu garbanzo), Gần ráo nước (giữ nước cốt)
- 2 bó Húng quế (hoặc hơn), xắt nhỏ.
- ½ nước cốt chanh

HƯỚNG DẪN:
a) Cho đậu xanh, húng quế và một ít chanh vào tô. Xay nhuyễn bằng máy xay sinh tố. Thêm nước cốt chanh cho đến khi có độ sệt và hương vị vừa ý. Nếu vẫn còn quá đặc, bạn có thể thêm một ít nước cốt còn sót lại từ lon đậu xanh. Phục vụ dưới dạng nước chấm hoặc phết lên bánh mì tươi.

42. Hummus súp lơ kem

Làm cho: 8

THÀNH PHẦN:
- 1 đầu súp lơ, cắt thành hoa
- 2 muỗng canh nước cốt chanh tươi
- 1 muỗng cà phê tỏi, băm nhỏ
- 1/3 chén tahini
- 3 muỗng canh dầu ô liu
- Hạt tiêu
- Muối

HƯỚNG DẪN:
a) Trải súp lơ lên chảo.

b) Chọn chế độ nướng, sau đó đặt nhiệt độ thành 400 ° F và thời gian trong 35 phút. Nhấn bắt đầu.

c) Sau khi Lò chiên không khí được làm nóng trước, sau đó đặt khay giấy vào lò.

d) Chuyển súp lơ vào bộ xử lý thực phẩm. Thêm các THÀNH PHẦN còn lại: và xử lý cho đến khi mịn.

e) Phục vụ và thưởng thức.

43. Hummus cà rốt nướng

THÀNH PHẦN:

- 1 hộp đậu chickpeas, rửa sạch và để ráo nước.
- 3 củ cà rốt.
- 1 tép tỏi.
- 1 thìa cà phê ớt bột.
- 1 muỗng canh tahini.
- Nước cốt của 1 quả chanh
- 2 muỗng canh dầu ô liu nguyên chất bổ sung.
- 6 muỗng canh nước.
- ½ muỗng cà phê bột thì là.
- Muối để nếm thử.

HƯỚNG DẪN:

a) Làm nóng lò nướng ở nhiệt độ 400° F. Rửa sạch, gọt vỏ cà rốt rồi cắt thành từng miếng nhỏ, xếp lên khay nướng với một ít dầu ô liu, một chút muối và nửa thìa cà phê ớt bột. Nướng khoảng 35 phút cho đến khi cà rốt mềm.

b) Lấy chúng ra khỏi lò và để nguội.

Trong khi đậu nguội, chuẩn bị món khai vị: đậu xanh rửa sạch và để ráo nước rồi cho vào máy xay thực phẩm cùng với các THÀNH PHẦN hoạt tính còn lại: và thực hiện cho đến khi bạn thấy một hỗn hợp đồng nhất. Sau đó thêm cà rốt và tỏi và quy trình lại!

44. Nước xốt Hummus Caesar

Thực hiện: 8 phần ăn

THÀNH PHẦN:
- ¼ cốc hummus thuần chay mua ở cửa hàng
- 1 muỗng cà phê mù tạt cay
- ½ muỗng cà phê vỏ chanh
- 3 thìa nước cốt chanh
- 2 muỗng cà phê bạch hoa, băm nhỏ, cộng với nước muối
- 4 tép tỏi, băm nhỏ
- 1 nhúm muối biển + tiêu
- 1 muỗng cà phê xi-rô cây thích
- Nước nóng

HƯỚNG DẪN

a) Trong một bát trộn, kết hợp hummus, mù tạt cay, vỏ chanh, nước cốt chanh, bạch hoa, nước cốt và tỏi.

b) Đánh thật kỹ để kết hợp.

c) Thêm một ít nước nóng để pha loãng cho đến khi có thể đổ được và đánh cho đến khi kem và mịn.

d) Dùng ngay hoặc bảo quản ngăn mát tủ lạnh từ 5-7 ngày.

MÓN HUMMUS

45.   Cơm sốt dưa leo

Làm cho: 6 phần ăn

Mọi người sẽ muốn chọn một trong những cuộn rau và protein nhỏ xinh này. Cho một viên vào miệng và thưởng thức hương vị và kết cấu.

THÀNH PHẦN:
- 1 quả ớt chuông đỏ
- 1 quả ớt chuông màu cam
- 1 quả ớt chuông vàng
- 2 quả dưa chuột 6 inch
- ¼ chén hummus
- ¼ muỗng cà phê muối
- ¼ muỗng cà phê tiêu đen xay
- ⅓ chén seitan, vụn (Slow Cooker Log for Thin Slices and Crumples

HƯỚNG DẪN:

a) Cắt ớt chuông cho đến khi bạn có mười tám dải mỏng bằng que tăm của mỗi màu, sau đó thái nhỏ những quả ớt còn lại thành xúc xắc rất mịn (mỗi màu nên có ít nhất 3 thìa canh; bạn có thể còn sót lại một ít). Để qua một bên.

b) Sử dụng dụng cụ gọt vỏ rau để cắt những dải dài từ dưa chuột Giữ nguyên hướng để một số màu xanh lá cây sẽ xuất hiện trên mỗi cạnh dài của dải. Cắt cả bốn mặt và loại bỏ phần hạt ở giữa. Bạn sẽ có khoảng hai hoặc ba lát từ mỗi bốn mặt của quả dưa chuột.

c) Đặt ra các lát. Trải khoảng 2 muỗng cà phê hummus xuống giữa mỗi dải; dàn đều, hơi cách mép dài một chút. Rắc một chút muối và hạt tiêu lên từng quả dưa chuột phủ hummus. Bây giờ rắc khoảng 1½ thìa cà phê mì căn và hỗn hợp ớt chuông xắt nhỏ lên mỗi lát.

d) Cuộn từng quả dưa chuột lại và cố định bằng tăm. Đặt chúng ở hai bên và trượt ba dải ớt chuông có màu khác nhau vào giữa ở các độ cao khác nhau. Bạn sẽ cần phải cắt một số trong số chúng ngắn hơn để đạt được diện mạo này.

46. Pesto và bánh mì kẹp đậu phụ giòn

Làm cho: 2 phần ăn

THÀNH PHẦN:
- Đậu hũ
- 2 ounce đậu phụ siêu cứng, để ráo nước, ép và cắt thành khối 1 inch
- ¼ chén nước luộc rau
- 1 muỗng canh tamari
- 1 muỗng cà phê bột hành
- ¼ muỗng cà phê muối
- ¼ chén bột bắp
- sốt lá húng
- ¼ chén hạt điều thô, ngâm trong 1 giờ
- 1 chén húng quế, đóng gói
- 1 tép tỏi
- ½ muỗng cà phê muối
- 2 muỗng canh men dinh dưỡng
- 3 muỗng canh dầu ô liu nguyên chất
- để lắp ráp
- 1 muỗng canh dầu dừa
- ¼ chén hành tây thái hạt lựu
- 6 cái nấm, thái lát
- ¼ chén hummus
- 2 lát bánh mì
- ½ chén mầm hướng dương

HƯỚNG DẪN:
Đậu hũ
a) Trộn đều nước luộc rau, tương tamari, bột hành tây và muối trong một bát nhỏ. Thêm đậu phụ và để ướp ít nhất 1 giờ.
b) Làm nóng lò ở 350 ° F.
c) Đặt bột ngô vào một bát vừa.
d) Lấy đậu phụ ra khỏi nước xốt và đặt trên bột bắp. Quăng và sau đó đặt trên một tấm nướng bánh. Nướng trong 30 đến 40 phút. Quăng bằng thìa cứ sau 10 phút cho đến khi vàng và phồng lên.
e) sốt lá húng

f) Cho hạt điều, húng quế, tỏi và muối vào máy xay thực phẩm nhỏ. Xử lý trong khoảng 30 giây. Thêm men dinh dưỡng và dầu ô liu và xử lý thêm vài giây cho đến khi được trộn đều.

g) Cuộc họp

h) Đun nóng dầu dừa trong chảo trên lửa vừa và cao. Thêm hành tây và nấm và xào trong khoảng 10 đến 15 phút hoặc cho đến khi hành tây trong mờ. Loại bỏ nhiệt.

i) Trải một nửa hummus trên mỗi chiếc bánh mì dẹt. Rải một nửa số pesto lên mỗi chiếc bánh mì dẹt. Rắc một nửa đậu phụ, mầm hướng dương, nấm và hành tây vào giữa mỗi chiếc bánh mì. Gấp từng chiếc bánh mì dẹt chồng lên nhau và cố định bằng gắp trang trí.

47. Salad bông cải xanh với bơ

Làm cho: 2

THÀNH PHẦN:
- 1 chén microgreen bông cải xanh
- 1 muỗng canh hạt hướng dương muối
- ¼ quả bơ, thái miếng
- 2 muỗng canh dấm tự chế
- 2 muỗng canh Hummus chanh
- ½ chén kim cải

HƯỚNG DẪN:
a) Xếp microgreen với kim cải, lát bơ và hạt hướng dương lên đĩa lớn.

b) Quăng với hummus và nước sốt, sau đó nêm với hạt tiêu mới đập dập.

48. Tofu Flatbread Sandwich với tỏi

Làm cho: 2 phần ăn

THÀNH PHẦN:
ĐẬU HŨ
● 2 ounce đậu phụ siêu cứng, để ráo nước, ép và cắt thành khối 1 inch
● ¼ chén bột bắp
● ¼ chén nước luộc rau
● 1 muỗng canh tamari
● ¼ muỗng cà phê muối
● 1 muỗng cà phê bột hành
SỐT LÁ HÚNG
● 1 chén húng quế, đóng gói
● ½ muỗng cà phê muối
● 3 muỗng canh dầu ô liu nguyên chất
● 2 muỗng canh men dinh dưỡng
● ¼ chén hạt điều thô, ngâm trong 1 giờ
● 2 tép tỏi
PHỤC VỤ
● 1 muỗng canh dầu dừa
● ¼ chén hành tây thái hạt lựu
● 6 cái nấm, thái lát
● ¼ chén hummus
● 2 lát bánh mì
● ½ chén mầm hướng dương

HƯỚNG DẪN:
ĐẬU HŨ
a) Làm nóng lò ở 350 ° F.
b) Trộn nước luộc rau, tương tamari, bột hành tây và muối trong một cái bát.
c) Nạo vét đậu phụ và ướp đậu phụ trong ít nhất một giờ.
d) Đặt bột ngô vào một cái bát.
e) Lấy đậu phụ ra khỏi nước xốt và đặt lên trên bột bắp.
f) Quăng và sau đó đặt trên một tấm nướng bánh.
g) Nướng trong 40 phút.

h) Cứ sau 10 phút, đảo bằng thìa cho đến khi vàng và phồng lên.

SỐT LÁ HÚNG

a) Trong một bộ xử lý thực phẩm nhỏ, kết hợp hạt điều, húng quế tỏi và muối. Xử lý trong 30 giây.

b) Thêm men dinh dưỡng và dầu ô liu và xử lý trong vài giây nữa.

CUỘC HỌP

a) Trong chảo trên lửa vừa và cao, làm tan chảy dầu dừa. Xào hành tây và nấm trong 10 phút, hoặc cho đến khi hành tây trong mờ. Lấy chảo ra khỏi bếp.

b) Trên mỗi chiếc bánh mì dẹt, phết một nửa sốt hummus và một nửa sốt pesto.

c) Đổ đầy mỗi chiếc bánh mì với một nửa đậu phụ, mầm hướng dương, nấm và hành tây.

d) Gấp từng chiếc bánh mì dẹt làm đôi, sau đó cố định bằng tăm.

49. Tôm cuộn dừa sốt cà ri

Làm cho: 2 tá

THÀNH PHẦN:
- ¾ chén vụn không đường
- Dừa (abt 2oz)
- 12 con vừa Tôm lột vỏ
- Giảm một nửa theo chiều dọc,
- Và xác định
- Muối và tiêu
- 3 thìa mật ong
- ½ chén hummus đã chế biến (khoảng 4oz)
- 2 muỗng cà phê bột cà ri Madras
- 24 Pappadums thu nhỏ hoặc
- 2 bánh mì Pita
- Chia thành nửa
- Theo chiều ngang, sau đó cắt
- Vào nêm và bánh mì nướng
- 24 lá Ngò

HƯỚNG DẪN:
a) Làm nóng lò ở nhiệt độ 350 F. Nướng dừa trong khoảng 5 phút, thỉnh thoảng lật cho đến khi vàng và giòn. Chuyển sang đĩa và để nguội.

b) Nêm tôm với muối và hạt tiêu và phết mật ong.

c) Quăng tôm vào quả dừa và xếp chúng lên khay nướng.

d) Nướng trong khoảng 7 phút, hoặc cho đến khi tôm chín. Để nguội.

e) Trong một bát nhỏ, kết hợp hummus và bột cà ri / Chuyển vào túi bánh ngọt có đầu tròn nhỏ và đổ một lượng hummus cà ri cỡ đồng xu vào mỗi pappadum (hoặc miếng pita). Hoặc búp bê hummus trên pappadum. Trên mỗi pappadum với một con tôm dừa, trang trí với một lá ngò và phục vụ.

50. Bông cải xanh sốt hummus

Thực hiện: 1 Khẩu phần

THÀNH PHẦN:
- Saucy Hummus;, (bên dưới)
- 1½ pound Bông cải xanh
- 1 chén đậu garbanzo đóng hộp
- ½ cốc sữa chua nguyên chất
- 1 muỗng canh rau mùi hoặc mùi tây tươi đóng gói
- 1 muỗng canh nước cốt chanh
- ¼ muỗng cà phê muối
- MÓN NGON XÀO

HƯỚNG DẪN:
a) Chuẩn bị Saucy Hummus.
b) Đun nóng 1 inch nước (có muối nếu muốn) để đun sôi trong nồ
3 lít.
c) Thêm bông cải xanh.
d) Đun sôi; giảm nhiệt. Đun nhỏ lửa từ 10 đến 12 phút hoặc ch
đến khi thân cây mềm. Phục vụ nước sốt trên bông cải xanh.
e) Saucy Hummus: Cho tất cả nguyên liệu vào máy xay thực phẩn
hoặc máy xay sinh tố. Đậy nắp và chế biến hoặc trộn ở tốc độ ca
cho đến khi mịn.

51. <u>tamales hummus</u>

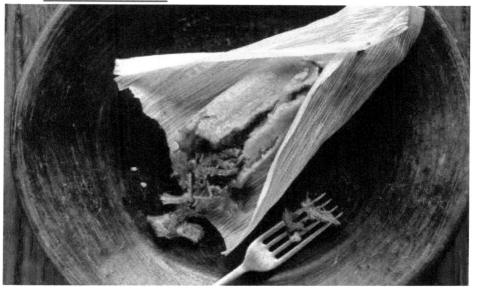

Làm cho: 9 phần ăn

THÀNH PHẦN:
- 1 công thức Masa Dough cơ bản
- 3 chén đậu xanh; nấu chín
- ½ chén mè tahini
- 6 muỗng canh Giấm gạo lứt
- 18 Vỏ ngô
- 3 tép tỏi; băm nhỏ
- 3 muỗng canh Rau mùi tây, tươi; băm nhỏ
- 2 thìa tương ớt
- ĐỔ ĐẦY

HƯỚNG DẪN:
Để làm đầy:

a) Xay các THÀNH PHẦN làm nhân: trong máy xay thực phẩm để tạo thành hỗn hợp đặc sệt.

b) Thêm một chút nước, nếu cần, để đạt được độ đặc mong muốn.

c) Đổ đầy và nấu tamales theo "Tamales: Quy trình cơ bản".

52.   Hummus với bánh mì nướng pita

Thực hiện: 4 phần ăn

THÀNH PHẦN:
- 3 tép tỏi; nghiền nát
- 2 ổ bánh mì pita 6 inch
- 3 muỗng canh Bơ; tan chảy
- Đậu gà lon 19 oz; rửa sạch/để ráo nước 3 muỗng canh Tahini (bột hạt mè) 1 muỗng canh dầu ô liu
- 3 muỗng canh nước cốt chanh tươi
- 1 thìa muối
- 1 ts dầu Olive để trang trí
- Rau mùi tây sạch; băm nhỏ
- Nước

HƯỚNG DẪN:
a) Phết bơ lên các mặt thô của hình tam giác pita, rắc muối cho vừa ăn và nướng trên khay nướng ở một phần ba trên cùng của nhiệt độ 400 độ đã được làm nóng trước. nướng cho đến khi vàng, khoảng 6-8 phút.

b) Trong một bộ xử lý thực phẩm, trộn đậu xanh, tahini, dầu, nước cốt chanh, tỏi và hạt tiêu và đủ nước để phủ hỗn hợp vừa ăn cho đến khi mịn. Có thể làm trước 1 ngày & ướp lạnh.

c) Rắc rau mùi tây & rưới một chút dầu ô liu & rắc rau mùi tây để dùng với bánh mì nướng pita.

53. bánh mì hummus couscous

Làm cho: 4 phần ăn

THÀNH PHẦN:
- 1 cốc couscous
- 2½ cốc nước
- ¼ chén nước
- 1 muỗng cà phê dầu Olive
- 1 cà tím nhỏ, cắt thành dải cỡ khoai tây chiên
- 2 củ cà rốt, xắt thành miếng rất nhỏ (băm nhỏ)
- 2 tép tỏi, băm nhỏ
- ¼ muỗng cà phê Muối Hạt tiêu đen mới xay, để nếm
- 1½ chén đậu xanh nấu chín
- 1 muỗng canh Bột tahini vừng Nước cốt chanh tươi vắt từ 1/2 quả chanh
- 1½ chén nước luộc rau, hoặc 1 1/2 chén nước pha với 1 muỗng canh gia vị nước luộc rau
- 2 muỗng canh Chất thay thế trứng hoặc tinh bột khoai tây
- 2 muỗng canh Bột mì Ớt bột, tiêu đen mới xay

HƯỚNG DẪN:
a) Làm nóng lò trước ở 350 độ.
b) Trong một cái chảo, thêm couscous và nước. Đun sôi, sau đó giảm nhiệt và đậy nắp. Nấu cho đến khi hết nước, khoảng 10 phút Sau đó tắt lửa.
c) Trong khi nấu couscous, xào rau. Trên một cái chảo lớn, xịt dầu ô liu lên chảo hoặc chải bằng bàn chải bánh ngọt. Thêm nước và đun trên lửa vừa phải cho đến khi nước bắt đầu sôi. Thêm các dải cà tím, cà rốt, tỏi, muối và hạt tiêu. Xào cho đến khi mềm, thêm một ít nước nếu quá khô. Sau đó tắt lửa.
d) Trong một bát trộn hoặc máy xay sinh tố, trộn đậu xanh, bột tahini, nước cốt chanh và nước luộc rau. Sử dụng máy xay cầm tay hoặc máy xay sinh tố, trộn thành hỗn hợp nhuyễn. Sau đó thêm chất thay thế trứng hoặc tinh bột khoai tây và bột mì. Xay đến khi mịn.

e) Khi tắt lửa trên chảo lớn, thêm hỗn hợp đậu xanh (hummus) vào rau và phủ đều. Sau đó thêm couscous và trộn hỗn hợp rau / hummus vào couscous.

f) Bôi nhẹ chảo ổ bánh mì thủy tinh bằng dầu ô liu. Thêm hỗn hợp couscous/rau/hummus. Nhấn vào chảo ổ bánh mì. Rắc ớt bột và tiêu đen lên trên mặt ổ bánh mì.

g) Nướng 50-55 phút. Để yên 10-15 phút trước khi phục vụ. Phục vụ trong những lát dày với một loại rau xanh như rau bina nấu chín, một món salad như rau diếp với những lát cam tươi, và nếu muốn, một chiếc bánh mì như bánh mì pita làm từ lúa mì còn ấm.

54. Khoai lang nêm với hummus mặn

Thực hiện: 12 phần ăn

THÀNH PHẦN:
- 6 củ khoai lang cỡ vừa
- ½ muỗng cà phê thì là
- ½ muỗng cà phê muối
- ¼ muỗng cà phê bột tỏi
- ¼ muỗng cà phê ớt bột
- 2 muỗng canh dầu ô liu
- Xịt nấu rau
- 5 muỗng canh Nước
- 2 muỗng canh Tahini, (bột hạt mè)
- 2 thìa nước cốt chanh
- 1 muỗng cà phê thì là
- 1 muỗng cà phê Rau mùi xay
- ½ muỗng cà phê ớt đỏ xay
- 15 ounce đậu Garbanzo, (1 hộp) để ráo nước
- 1 tép tỏi

HƯỚNG DẪN:
a) Cắt từng củ khoai tây theo chiều dọc thành 8 miếng; đặt trong một bát lớn. Thêm ½ muỗng cà phê thì là và 3 THÀNH PHẦN tiếp theo:; quăng tốt.

b) Rưới dầu lên nêm, trộn đều để phủ đều.

c) Sắp xếp các miếng nêm thành một lớp trên khay nướng có phủ bình xịt nấu ăn. Nướng ở 450 độ trong 20 phút hoặc cho đến khi mềm.

d) Đặt lưỡi dao vào bát máy xay thực phẩm, thêm nước và 7 THÀNH PHẦN tiếp theo:. Xử lý 4 phút hoặc cho đến khi hỗn hợp mịn.

55. Lát cà tím nướng với Hummus

THÀNH PHẦN:

- 1 quả cà tím, thái lát dài
- 2 muỗng canh dầu ô liu
- 2 lát bánh mì nâu
- 150g hà thủ ô
- 50g quả óc chó, nướng
- 40g mùi tây, lá xắt nhỏ
- 100g cà chua bi, bổ đôi
- nước cốt ½ quả chanh

HƯỚNG DẪN:

a) Đặt cà tím lên khay nướng. Thêm dầu ô liu, sau đó nêm. Nướng trong 15 phút, lật hai lần cho đến khi chín. Whiz bánh mì thành vụn.

b) Phết hummus lên lát cà tím. Cho vụn bánh mì lên đĩa, sau đó ấn mặt hummus của cà tím vào vụn bánh mì để phủ lên. Nướng lại, lật mặt lên, trong 3 phút. cho đến khi vàng.

c) Cho quả óc chó, rau mùi tây và cà chua vào tô, nêm gia vị rồi thêm nước cốt chanh. Ăn kèm với salad.

56.   Hộp bistro gà và hummus

THÀNH PHẦN:
- 1 pound ức gà không xương, không da, cắt thành dải
- ½ muỗng cà phê bột tỏi
- ¼ muỗng cà phê bột hành
- Muối Kosher và hạt tiêu đen mới xay, để nếm thử
- 1 quả dưa chuột, thái lát mỏng
- 4 pitas lúa mì nhỏ
- 1 chén cà chua bi
- ½ chén hummus (tự làm hoặc mua ở cửa hàng)

HƯỚNG DẪN:

a) Làm nóng lò nướng ở nhiệt độ trung bình cao. Nêm gà với bột tỏi, bột hành, muối và hạt tiêu.

b) Cho thịt gà vào vỉ nướng và nấu, lật một lần cho đến khi chín và nước chảy ra trong, mỗi bên từ 5 đến 6 phút; để sang một bên cho đến khi nguội.

c) Chia thịt gà, dưa chuột, bánh mì pita, cà chua và sốt hummus vào các hộp đựng chuẩn bị bữa ăn. Làm lạnh tối đa 3 ngày.

57. Chong chóng rau hummus cầu vồng

THÀNH PHẦN:

- 2 muỗng canh hummus
- 1 (8-inch) bánh tortilla rau bina
- ¼ chén ớt chuông đỏ thái lát mỏng
- ¼ chén ớt chuông vàng thái lát mỏng
- ¼ chén cà rốt thái lát mỏng
- ¼ chén dưa chuột thái lát mỏng
- ¼ chén rau bina bé
- ¼ chén bắp cải đỏ thái nhỏ
- ¼ chén mầm cỏ linh lăng
- ½ chén dâu tây
- ½ chén quả việt quất

HƯỚNG DẪN:

a) Trải đều hummus lên bề mặt bánh tortilla, để lại đường viền ¼ inch. Đặt ớt chuông, cà rốt, dưa chuột, rau bina, bắp cải và rau mầm vào giữa bánh tortilla.

b) Đặt cạnh dưới của bánh tortilla thật chặt lên trên rau, gấp hai bên. Tiếp tục cuộn cho đến khi đạt đến đỉnh bánh tortilla. Cắt thành phần sáu.

c) Đặt chong chóng, dâu tây và quả việt quất vào hộp chuẩn bị bữa ăn. Làm lạnh trong 3 đến 4 ngày.

58. Thuyền Taco thô

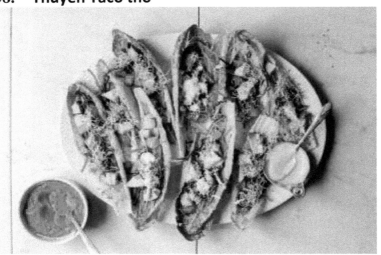

Khẩu phần 4

THÀNH PHẦN:
- 1 đầu xà lách romaine
- 1/2 chén hummus củ cải sống
- 1 chén cà chua bi cắt đôi
- 3/4 chén bắp cải đỏ thái lát mỏng
- 1 quả bơ chín vừa (khối)

HƯỚNG DẪN:
a) Sắp xếp các tàu rau diếp lên đĩa phục vụ và bắt đầu đổ 1-2 muỗng canh (15-30 g) hummus.
b) Sau đó phủ cà chua, bắp cải và bơ lên trên.

59. burrito đậu hũ

THÀNH PHẦN:
- 1 gói 12 ounce đậu phụ hoặc đậu phụ cứng.
- 1 muỗng cà phê dầu (hoặc 1 muỗng canh (15 ml) nước).
- 3 tép tỏi (băm nhuyễn).
- 1 muỗng canh hummus (mua ở cửa hàng hoặc tự làm).
- 1/2 thìa cà phê ớt bột.
- 1/2 muỗng cà phê thì là.
- 1 muỗng cà phê men ăn kiêng.
- 1/4 muỗng cà phê muối biển.
- 1 nhúm ớt cayenne.
- 1/4 chén rau mùi tây băm nhỏ.
- Rau:

HƯỚNG DẪN:
a) Làm nóng lò ở nhiệt độ 400° F (204° C) và lót khay nướng bằng giấy da.

b) Thêm khoai tây và ớt đỏ vào khay nướng, rưới dầu (hoặc nước) và gia vị, trộn đều. Nướng trong 15-22 phút hoặc cho đến khi mềm và hơi nâu. Bao gồm cải xoăn trong 5 phút cuối cùng.

c) Trong lúc đó, đun nóng chảo lớn trên lửa vừa. Ngay khi dầu nóng, cho dầu (hoặc nước), tỏi, đậu phụ và xào trong 7-10 phút, khuấy thường xuyên, cho đến khi hơi chuyển sang màu nâu.

d) Trong khi chờ đợi, cho hummus, bột ớt, thì là, men dinh dưỡng, muối và ớt cayenne (tùy chọn) vào một bát trộn nhỏ. Tiếp tục thêm nước cho đến khi tạo thành một loại nước sốt có thể đổ được. Thêm hỗn hợp gia vị vào đậu phụ và tiếp tục nấu trên lửa vừa cho đến khi hơi chuyển sang màu nâu - 3-5 phút.

e) Bao gồm nhiều phần rau củ nướng, đậu hũ chiên, bơ, ngò và một chút salsa. Tiếp tục cho đến khi tất cả các đồ trang trí được sử dụng hết - khoảng 3-4 chiếc burritos lớn.

60.   bánh mì kẹp thịt

THÀNH PHẦN

1 (10 oz.) có thể làm lạnh bột vỏ bánh pizza
1 C. hummus lây lan
1 1/2 C. ớt chuông thái lát, bất kỳ màu nào
1 C. bông cải xanh
2 C. phô mai Monterey Jack cắt nhỏ

HƯỚNG DẪN:

a) Đặt lò nướng của bạn ở 475 độ F trước khi làm bất cứ điều gì khác.

b) Đặt bột lên chảo pizza.

c) Trải đều một lớp hummus mỏng lên trên lớp vỏ và cho bông cải xanh và ớt chuông lên trên mọi thứ.

d) Rắc phô mai lên bánh pizza và nấu mọi thứ trong lò khoảng 10-15 phút.

61. Bánh quế Falafel & Hummus

Làm cho: Làm cho: 4
THÀNH PHẦN:
- 1 chén đậu xanh khô, vớt ra và ngâm nước qua đêm trong tủ lạnh
- ½ củ hành tây nhỏ, đại khái băm nhỏ
- 3 tép tỏi
- ¼ chén mùi tây lá phẳng tươi xắt nhỏ
- 2 muỗng canh dầu ô liu siêu nguyên chất
- 2 muỗng canh bột mì đa dụng
- 1 muỗng cà phê muối
- 1 muỗng cà phê thì là
- ½ muỗng cà phê rau mùi
- ¼ muỗng cà phê bột nở
- ¼ thìa cà phê tiêu đen mới xay
- ¼ muỗng cà phê ớt cayenne
- Phun xịt nonstick
- Hummus mịn hoàn hảo
- bánh mì pita 4 túi

HƯỚNG DẪN:
a) Làm nóng trước bàn ủi ở mức trung bình. Làm nóng lò ở chế độ thấp nhất.

b) Vớt đậu xanh đã ngâm ra để ráo nước và cho vào máy xay thực phẩm cùng với hành và tỏi. Xung cho đến khi pha trộn nhưng không xay nhuyễn.

c) Thêm mùi tây, dầu ô liu, bột mì, muối, thì là, rau mùi, bột nở, hạt tiêu đen và ớt cayenne, và đập cho đến khi gần như mịn.

d) Xịt chống dính lên cả hai mặt của lưới sắt làm bánh quế. Đối với mỗi chiếc bánh quế, hãy đặt khoảng ¼ cốc bột vào khuôn làm bánh quế, chừa một khoảng trống giữa các thìa để mỗi chiếc bánh nở ra.

e) Đóng nắp khuôn nướng bánh quế và nấu trong 5 phút trước khi kiểm tra. Lấy bánh ra khi đã chín và chín vàng đều.

f) Lặp lại các bước 4 và 5 với phần bột còn lại.

g) Giữ ấm bánh quế đã hoàn thành trong lò nướng. Phục vụ chúng với hummus và bánh mì pita.

62. Edamame kết thúc tốt đẹp

Làm cho: 2

THÀNH PHẦN:

- 6 muỗng canh hummus Edamame
- 2 bánh bột mì
- ½ chén cà rốt và bắp cải bào sợi
- 1 chén rau bina tươi
- 6 lát cà chua
- 2 muỗng canh nước sốt salad

HƯỚNG DẪN:

a) Đặt một miếng hummus lên mỗi chiếc bánh tortilla.

b) Rưới nước sốt và xếp lớp với bắp cải và cà rốt, rau bina và cà chua.

c) Cuộn chặt lại.

d) Đun nóng trong lò vi sóng trong 2 phút.

63. Hummus quấn với chồi củ cải

THÀNH PHẦN:
- Một bánh tortilla, bất kỳ loại nào bạn thích
- 1 ½ – 2 T hummus
- ½ C hỗn hợp mùa xuân
- 1 củ cà rốt, cạo vỏ
- Một nắm mầm củ cải tốt cho sức khỏe
- Phô mai Feta vụn

HƯỚNG DẪN:
1. Trải tortilla với hummus.
2. Kết hợp rau trong một cái bát và sắp xếp trên bánh tortilla.
3. Đầu với một số vụn feta và kết thúc tốt đẹp.

64. Salad ăn sáng bưởi, bơ và prosciutto

Tổng cộng: 10 phút

THÀNH PHẦN:
- 1 quả bưởi nhỏ màu đỏ ruby
- 2 chén ức gà quay không da, không xương xắt nhỏ
- ¾ muỗng cà phê dầu mè đen
- ⅛ muỗng cà phê tiêu đen mới xay
- Một chút muối kosher
- 1 chén rau xanh nhỏ, rau arugula non hoặc rau diếp rách
- ½ quả bơ chín bóc vỏ, thái lát mỏng
- ¾ chén dứa tươi
- 1/2 chén táo Granny Smith xắt nhỏ
- ¼ chén cà rốt
- 1/4 chén đậu nành
- 1 lát prosciutto rất mỏng
- Hummus còn sót lại
- 3 muỗng canh quả phỉ nướng xắt nhỏ
- bánh đa hạt

HƯỚNG DẪN:
a) Vỏ bưởi; cắt miếng bưởi trên một cái bát vừa. Ép màng để chiết xuất khoảng 1 muỗng canh nước trái cây.

b) Đặt các phần sang một bên. Thêm dầu, hạt tiêu và muối vào nước trái cây, khuấy bằng máy đánh trứng. Thêm rau xanh; ném để áo khoác.

c) Xếp rau xanh ra đĩa; trên cùng với phần bưởi, bơ, dứa, edamame, cà rốt và prosciutto.

d) Phục vụ với Hummus, quả phỉ và bánh quy giòn nhiều hạt.

65. Khoai tây chiên muối biển

Làm cho: 1

THÀNH PHẦN:
- 4 củ cải vừa, rửa sạch và thái lát mỏng
- 1 muỗng cà phê muối biển
- 2 muỗng canh dầu ô liu
- Hummus, để phục vụ

HƯỚNG DẪN:
a) Làm nóng nồi chiên không dầu ở nhiệt độ 380°F.
b) Trong một cái bát lớn, trộn củ cải đường với muối biển và dầu ô liu cho đến khi được phủ đều.
c) Đặt các lát củ cải đường vào nồi chiên không khí và trải chúng thành một lớp.
d) Chiên trong 10 phút. Khuấy, sau đó chiên thêm 10 phút nữa. Khuấy lại, sau đó chiên trong 5 đến 10 phút cuối cùng hoặc cho đến khi khoai tây chiên đạt độ giòn mong muốn.
e) Phục vụ với một hummus yêu thích.

66. Falafel pittas với hummus và salad

Làm cho: 6

THÀNH PHẦN:
- 500g đậu xanh khô
- 1 củ hành tây nhỏ, đại khái băm nhỏ
- 2 tép tỏi, nghiền nát
- một bó nhỏ rau mùi, đại khái xắt nhỏ
- một bó nhỏ rau mùi tây lá phẳng, xắt nhỏ 1 muỗng canh hạt thì là
- 1 muỗng canh hạt rau mùi
- 1–2 muỗng cà phê ớt khô (tùy chọn)
- 4 muỗng canh bột mì
- 1 muỗng cà phê bột nở
- muối và hạt tiêu đen mới xay
- 6 bánh mì pitta lớn, nướng và thái mỏng sốt ớt cay (tùy chọn)

DÀNH CHO MÌNH
- 1 muỗng cà phê bicarbonate soda
- 160g tahini nhẹ
- 3 tép tỏi, nghiền nát
- nước cốt của ½ quả chanh, hoặc nếm thử
- 6–7 muỗng canh nước lạnh

CHO MÓN SALAD
- 250g cà chua bi, thái hạt lựu
- 3 củ hành tây, thái lát mỏng
- ½ quả dưa chuột, thái hạt lựu
- một nắm nhỏ cả rau mùi và mùi tây lá phẳng, thái nhỏ 2 muỗng canh dầu ô liu
- một chút giấm rượu vang đỏ, để nếm thử

HƯỚNG DẪN:

a) Ngâm đậu xanh qua đêm trong nhiều nước lạnh.

b) Để đậu xanh ráo nước và cân vào một cái bát; chúng nên có trọng lượng xấp xỉ gấp đôi. Cho 750g đậu xanh vào máy xay thực phẩm – chúng sẽ trở thành món chim ưng. Thêm hành tây, tỏi và các loại thảo mộc và xung cho đến khi bạn có một hỗn hợp vụn.

c) Cho thì là, rau mùi và ớt, nếu dùng, vào chảo nhỏ và chiên khô trong một phút ở lửa lớn cho đến khi bạn ngửi thấy mùi thơm của chúng tỏa ra từ chảo.

d) Cho vào chày và cối và xay thô trước khi cho vào máy xay thực phẩm. Thêm bột mì, 4 muỗng canh nước lạnh, bột nở và một lượng muối và hạt tiêu vừa đủ, sau đó xay lại cho đến khi tạo thành hỗn hợp bột nhão.

e) Mẹo vào một cái bát và làm lạnh trong tủ lạnh trong một giờ. Điều này cho phép hương vị phát triển và cho phép đậu gà ngấm nước. Rửa và làm khô bộ xử lý thực phẩm.

f) Trong khi hỗn hợp falafel đang nghỉ ngơi, hãy làm món khai vị. Cho số đậu xanh còn lại vào một cái chảo lớn. Rắc lên trên bicacbonat soda và đậy kỹ bằng nước lạnh. Đặt chảo trên lửa vừa cao và đun sôi, nấu trong 25–35 phút cho đến khi mềm.

g) Để ráo đậu xanh và cho vào máy xay thực phẩm sạch, cùng với tahini, tỏi và nước cốt chanh. Xử lý cho đến khi bạn có một hỗn hợp thô.

h) Khi động cơ đang chạy, bắt đầu thêm nước lạnh, mỗi lần một muỗng canh, cho đến khi món khai vị mịn như bạn muốn. Tôi thích của tôi càng mịn càng tốt, nhưng xử lý ít thời gian hơn một chút nếu bạn thích nó thô hơn.

i) Nêm muối và hạt tiêu vừa ăn, vắt thêm nước cốt chanh nếu thích rồi múc ra bát. Đặt sang một bên để nghỉ ngơi trong khi bạn tiếp tục với chim ưng.

j) Đun nóng dầu trong nồi chiên ngập dầu đến 180°C/350°F. Lấy một thìa đầy hỗn hợp falafel và vo thành những viên tròn có kích thước bằng quả óc chó.

k) Bạn cần ấn và bóp hỗn hợp thật chặt tay để khi nấu không bị nát; sử dụng tay hơi ướt giúp tránh dính quá nhiều.

l) Lặp lại với phần còn lại của hỗn hợp, xếp chúng lên khay nướng. Chiên từng mẻ trong dầu nóng trong 4–5 phút, cho đến khi vàng đậm và giòn, để ráo trên giấy bếp khi bạn chiên.

m)   Kết hợp tất cả các THÀNH PHẦN salad: cùng nhau trong một cái bát, nêm nếm với một chút muối và hạt tiêu.

n) Để phục vụ, phết một hoặc hai thìa hummus vào bên trong bánh mì pitta đang mở; trên cùng với một vài con chim ưng, một ít salad và một ít tương ớt, nếu dùng.

67. Chong chóng protein chay cầu vồng

Làm cho: 6 phần ăn

THÀNH PHẦN:
- ¼ chén hummus
- ¼ chén tempeh, vụn trong máy xay thực phẩm
- 2 bánh tortillas rau bina
- ¼ chén ớt chuông đỏ thái lát mỏng
- ¼ chén ớt chuông vàng thái lát mỏng
- 1 củ cà rốt, thái lát mỏng
- ¼ chén bắp cải tím thái lát rất mỏng

HƯỚNG DẪN:
a) Trộn lẫn hummus và tempeh.

b) Đặt bánh tortillas. Rải hỗn hợp hummus thành một lớp mỏng trên toàn bộ bề mặt của mỗi chiếc bánh tortilla dừng cách mép 1 inch. Đặt một dải mỏng của từng loại rau trong số bốn loại rau, cạnh nhau, trên hỗn hợp hummus.

c) Cuộn chặt từng chiếc bánh tortilla và cắt ngang thành chong chóng. Bạn có thể dùng tăm nếu cần, nhưng hummus giúp chúng dính vào nhau ở các mép.

DIPS

68. Gạch nhúng phô mai

Thực hiện: 2 phần ăn

THÀNH PHẦN:
- 3 oz phô mai ricotta
- 3 oz phô mai gạch tươi
- 3 muỗng canh lá thyme tươi
- 6 oz phô mai dê
- 1 oz phô mai cứng parmesan, mới bào
- 4 dải thịt xông khói cắt dày, nấu chín và vụn
- Muối và hạt tiêu cho vừa ăn

HƯỚNG DẪN:
a) Chuẩn bị lò nướng.
b) Kết hợp tất cả các thành phần trong một món nướng.
c) Rắc phô mai Parmesan lên món ăn.
d) Nướng trong lò đã làm nóng trước trong 5 phút hoặc cho đến khi pho mát bắt đầu chuyển sang màu nâu và bong bóng.
e) Lấy ra khỏi lò và phục vụ ngay lập tức.

69. Sốt Phô Mai Xanh & Phô Mai Gouda

Thực hiện: 2 phần ăn

THÀNH PHẦN:
- 2 muỗng canh bơ không ướp muối
- 1 chén hành ngọt, thái hạt lựu
- 2 chén pho mát kem, ở nhiệt độ phòng
- ⅛ muỗng cà phê muối
- ⅛ muỗng cà phê tiêu trắng
- ⅓ cốc Montucky Cold Snacks
- 1 ½ chén thịt gà giả xắt nhỏ
- ½ chén mù tạt mật ong, cộng thêm cho mưa phùn
- 2 muỗng canh sốt trang trại
- 1 chén phô mai cheddar bào nhỏ
- 2 chén phô mai Gouda, cắt nhỏ
- 2 muỗng canh sốt phô mai xanh
- ⅓ chén phô mai xanh vụn, cùng nhiều loại topping khác
- ¾ chén nước sốt BBQ mật ong, và nhiều hơn nữa cho mưa
phùn

HƯỚNG DẪN:
a) Trong một cái chảo lớn, làm tan chảy bơ trên lửa nhỏ.
b) Khuấy hành tây thái hạt lựu và nêm muối và hạt tiêu.
c) Nấu trong 5 phút, hoặc cho đến khi hơi mềm.
d) Nấu, khuấy thường xuyên, cho đến khi hành tây caramen
khoảng 25 đến 30 phút.
e) Làm nóng lò ở nhiệt độ 375° F.
f) Phủ lên đĩa nướng 9 inch bằng bình xịt chống dính.
g) Kết hợp pho mát kem, tất cả pho mát, sốt BBQ, mù tạt mật ong,
nước xốt trang trại và pho mát xanh trong một bát trộn lớn.
h) Thêm hành tây caramen và thịt gà giả.
i) Đặt bột vào một món nướng.
j) Trang trí với phô mai còn lại.
k) Nướng phần nhúng trong 20–25 phút hoặc cho đến khi vàng.
l) Phục vụ ngay lập tức.

70. <u>Pub Cheese Dip</u>

Thực hiện: 2 phần ăn

THÀNH PHẦN:
- 3 muỗng canh ớt jalapeno xắt nhỏ, ngâm
- 1 chén rượu táo
- ⅛ muỗng cà phê ớt đỏ xay
- 2 chén phô mai cheddar màu vàng, sắc nét
- 2 chén Phô mai Colby bào nhỏ
- 2 muỗng canh bột bắp
- 1 muỗng canh mù tạt Dijon
- 60 bánh quy giòn

HƯỚNG DẪN:
a) Trong một bát trộn vừa, kết hợp phô mai cheddar, phô mai Colby và bột ngô. Đặt sang một bên.

b) Trong một cái chảo vừa, kết hợp rượu táo và mù tạt.

c) Nấu cho đến khi sôi trên lửa vừa cao.

d) Từ từ đánh trong hỗn hợp phô mai, từng chút một, cho đến khi mịn.

e) Tắt lửa.

f) Khuấy jalapeno và ớt đỏ.

g) Đặt hỗn hợp vào nồi nấu chậm 1 lít hoặc nồi nước xốt.

h) Giữ ấm ở nhiệt độ thấp.

i) Phục vụ cùng với bánh quy giòn.

71. Bắp trộn gia vị

Thực hiện: 6 phần ăn

THÀNH PHẦN:
- 1 muỗng canh dầu ô liu siêu nguyên chất
- ½ pound xúc xích Ý cay
- 1 củ hành đỏ vừa, thái hạt lựu
- 1 quả ớt chuông đỏ lớn, thái hạt lựu
- 1 cốc kem chua
- 4 ounce pho mát kem, ở nhiệt độ phòng
- 4 cốc ngô đông lạnh, rã đông
- ½ chén hành lá xắt nhỏ
- 1 quả jalapeño lớn, thái hạt lựu
- 4 tép tỏi, băm nhỏ
- 1 muỗng canh rau mùi xắt nhỏ
- 2 muỗng cà phê gia vị Creole
- 1 muỗng cà phê tiêu đen xay
- 1 chén phô mai cheddar bào nhỏ, chia
- 1 chén phô mai Colby Jack cắt nhỏ, chia
- Dầu thực vật, để bôi trơn

HƯỚNG DẪN:
a) Làm nóng lò ở 350 độ F.
b) Trong một cái chảo lớn trên lửa vừa, đun nóng dầu. Thêm xú
xích Ý và nấu cho đến khi nó có màu nâu. Cho hành tây và ớ
chuông vào. Nấu cho đến khi chúng mềm.
c) Thêm kem chua và pho mát kem. Khuấy cho đến khi kết hợ
tốt, sau đó thêm ngô, hành lá, ớt jalapeño, tỏi và ngò. Tiếp tụ
khuấy các thành phần cho đến khi mọi thứ được kết hợp tốt. Rắ
gia vị Creole, hạt tiêu đen, ½ chén cheddar và ½ chén pho má
Colby Jack. Trộn đều.
d) Phết nhẹ một đĩa nướng, sau đó thêm hỗn hợp ngô vào. Ph
phô mai còn lại lên trên và nướng, không đậy nắp, trong 20 phút
Làm mát một chút trước khi phục vụ.

72. Pizza nhúng chảo Low-Carb

Làm cho: 1 phần ăn

THÀNH PHẦN:
- 6 oz. Kem phô mai lò vi sóng
- 1/4 chén kem chua
- 1/2 chén Phô mai Mozzarella, cắt nhỏ
- Muối và hạt tiêu cho vừa ăn
- 1/4 cốc sốt Mayonnaise
- 1/2 chén Phô mai Mozzarella, cắt nhỏ
- 1/2 chén nước sốt cà chua ít carb
- 1/4 cốc Phô mai Parmesan

HƯỚNG DẪN
a) Làm nóng lò ở nhiệt độ 350 độ F.
b) Trộn kem phô mai, kem chua, sốt mayonnaise, phô mai mozzarella, muối và hạt tiêu.
c) Đổ vào ramekin và phết sốt cà chua lên từng ramekin cũng như phô mai mozzarella và phô mai parmesan.
d) Đổ nước chấm bánh pizza chảo của bạn với lớp phủ yêu thích của bạn.
e) Nướng trong 20 phút.
f) Phục vụ cùng với một số bánh mì que hoặc thịt lợn ngon!

73. Cua sốt rangoon

THÀNH PHẦN:
- 1 (8-ounce) gói phô mai kem, để mềm ở nhiệt độ phòng
- 2 muỗng canh dầu ô liu sốt mayonnaise
- 1 muỗng canh nước cốt chanh tươi
- 1/2 muỗng cà phê muối biển
- 1/4 muỗng cà phê tiêu đen
- 2 tép tỏi, băm nhỏ
- 2 củ hành lá vừa, thái hạt lựu
- 1/2 chén phô mai Parmesan bào nhỏ
- 4 ounce (khoảng 1/2 chén) thịt cua trắng đóng hộp

HƯỚNG DẪN:
a) Làm nóng lò ở 350°F.

b) Trong một bát vừa, trộn phô mai kem, sốt mayonnaise, nướ cốt chanh, muối và hạt tiêu bằng máy xay cầm tay cho đến khi kế hợp tốt.

c) Thêm tỏi, hành tây, phô mai Parmesan và thịt cua và trộn và hỗn hợp bằng thìa.

d) Chuyển hỗn hợp vào một chiếc cốc an toàn với lò nướng và dà đều.

e) Nướng 30–35 phút cho đến khi phần trên nhúng hơi chuyể sang màu nâu. Phục vụ ấm áp.

74. Guacamole phô mai dê

Làm cho: 4-6

THÀNH PHẦN:
- 2 quả bơ
- 3 ounce phô mai dê
- niềm say mê từ 2 trái chanh
- nước cốt chanh từ 2 quả chanh
- ¾ muỗng cà phê bột tỏi
- ¾ muỗng cà phê bột hành
- ½ muỗng cà phê muối
- ¼ muỗng cà phê hạt tiêu đỏ (tùy chọn)
- ¼ muỗng cà phê tiêu

HƯỚNG DẪN:
a) Cho bơ vào máy xay thực phẩm và xay cho đến khi mịn. Thêm các THÀNH PHẦN còn lại: và trộn cho đến khi kết hợp.
b) Ăn kèm với khoai tây chiên.

75.   Đảng nhúng / lây lan của Bavaria

Làm cho: 1 1/4 pound

THÀNH PHẦN:
- ½ chén hành tây, băm nhỏ
- 1 cân Braunschweiger
- 3 ounce kem phô mai
- ¼ muỗng cà phê Tiêu đen

HƯỚNG DẪN:
a) Xào hành tây trong 8-10 phút, khuấy thường xuyên; dịc
chuyển sang nóng và khô hạn. Tháo vỏ khỏi Braunschweiger v
trộn thịt với pho mát kem cho đến khi mịn. Trộn hành tây và hạ
tiêu.
b) Phục vụ dưới dạng gan phết lên bánh quy giòn, lúa mạch đe
cắt lát mỏng hoặc dùng dưới dạng nước chấm kèm theo nhiều loạ
rau sống tươi như cà rốt, cần tây, bông cải xanh, củ cải, súp l
trắng hoặc cà chua bi.

76. Bông atisô nướng

THÀNH PHẦN:

- 1 Ổ bánh mì lúa mạch đen lớn
- 2 muỗng canh Bơ
- 1 bó Hành lá; băm nhỏ
- 6 tép tỏi tươi; băm nhỏ, lên đến 8
- 8 ounce Phô mai kem; ở nhiệt độ phòng.
- 16 ounce Kem chua
- 12 ounce Phô mai cheddar cắt nhỏ
- 1 lon (14 oz.) tim atisô; để ráo nước và cắt thành các phần tư

HƯỚNG DẪN:

a) Cắt một lỗ trên đỉnh ổ bánh mì có đường kính khoảng 5 inch Loại bỏ bánh mì mềm từ phần cắt và loại bỏ. Dự trữ vỏ bánh để làm mặt trên cho ổ bánh mì.

b) Múc hầu hết phần mềm bên trong của ổ bánh mì và để dành cho các mục đích khác, chẳng hạn như nhồi hoặc làm khô vụn bánh mì. Trong bơ,

c) Xào hành lá và tỏi cho đến khi hành héo. Cắt pho mát kem thành những miếng nhỏ, thêm hành tây, tỏi, kem chua và pho mát cheddar. Trộn đều. Gấp trong tim atisô, Cho tất cả hỗn hợp này vào bánh mì rỗng. Đặt bánh mì lên trên và bọc trong giấy nhôm dày. Nướng trong lò 350 độ trong 1 tiếng rưỡi.

d) Khi đã sẵn sàng, lấy giấy bạc ra và phục vụ, dùng bánh mì lúa mạch đen cocktail để chấm nước sốt.

77. Gà nhúng mẻ

THÀNH PHẦN:
- 1 (8-ounce) gói phô mai kem
- 1/2 chén sốt Frank's Red-Hot
- 1/4 chén nước cốt dừa đóng hộp đầy đủ chất béo
- 11/2 chén gà nấu chín xé nhỏ
- 3/4 chén phô mai mozzarella cắt nhỏ, chia nhỏ
- 1/2 chén vụn phô mai xanh

HƯỚNG DẪN:

a) Thêm phô mai kem vào một cái chảo vừa và đun nóng trên lửa vừa cho đến khi tan chảy. Khuấy nước sốt nóng và nước cốt dừa.

b) Khi kết hợp, thêm thịt gà cho đến khi nóng qua.

c) Tắt bếp và khuấy trong 1/2 chén phô mai mozzarella và vụn phô mai xanh.

d) Chuyển sang đĩa nướng 8" × 8" và rắc phô mai mozzarella còn lại lên trên. Nướng 15 phút hoặc cho đến khi phô mai sủi bọt. Phục vụ ấm áp.

78.   trang trại nhúng

THÀNH PHẦN:
- 1 chén sốt mayonaise
- 1/2 cốc sữa chua Hy Lạp nguyên chất
- 11/2 muỗng cà phê hẹ khô
- 11/2 muỗng cà phê mùi tây khô
- 11/2 muỗng cà phê thì là khô
- 3/4 muỗng cà phê tỏi băm nhỏ
- 3/4 muỗng cà phê hành tây
- 1/2 muỗng cà phê muối
- 1/4 muỗng cà phê tiêu đen

HƯỚNG DẪN:

a) Kết hợp tất cả các thành phần trong một bát nhỏ.

b) Cho phép ngồi trong tủ lạnh 30 phút trước khi phục vụ.

79. Tôm sốt cay và phô mai

THÀNH PHẦN:
- 2 lát thịt xông khói không thêm đường
- 2 củ hành vàng vừa, bóc vỏ và thái hạt lựu
- 2 tép tỏi, băm nhỏ
- 1 chén bỏng ngô tôm (không phải loại tẩm bột), nấu chín
- 1 quả cà chua vừa, thái hạt lựu
- 3 chén phô mai Monterey jack vụn
- 1/4 muỗng cà phê sốt Frank's Red-hot
- 1/4 muỗng cà phê ớt cayenne
- 1/4 muỗng cà phê tiêu đen

HƯỚNG DẪN:

a) Nấu thịt xông khói trong chảo vừa trên lửa vừa cho đến kh giòn, khoảng 5–10 phút. Giữ mỡ trong chảo. Đặt thịt xông khó trên một chiếc khăn giấy để làm mát. Khi nguội, dùng ngón tay v nát thịt xông khói.

b) Thêm hành tây và tỏi vào thịt xông khói nhỏ giọt trong chảo v xào trên lửa vừa thấp cho đến khi chúng mềm và thơm, khoảng 1 phút.

c) Kết hợp tất cả các thành phần trong nồi nấu chậm; khuấy đề Đậy nắp nấu ở chế độ thấp trong 1–2 giờ hoặc cho đến khi ph mai tan chảy hoàn toàn.

80. Tỏi và thịt xông khói nhúng

THÀNH PHẦN:
- 8 lát thịt xông khói không thêm đường
- 2 chén rau bina xắt nhỏ
- 1 (8-ounce) gói phô mai kem, làm mềm
- 1/4 chén kem chua béo
- 1/4 cốc sữa chua Hy Lạp nguyên chất béo
- 2 muỗng canh mùi tây tươi xắt nhỏ
- 1 thìa nước cốt chanh
- 6 tép tỏi nướng, nghiền
- 1 muỗng cà phê muối
- 1/2 muỗng cà phê tiêu đen
- 1/2 chén phô mai Parmesan nạo

HƯỚNG DẪN:

a) Làm nóng lò ở 350°F.

b) Nấu thịt xông khói trong chảo vừa trên lửa vừa cho đến kh
giòn. Lấy thịt xông khói ra khỏi chảo và đặt sang một cái đĩa có ló
khăn giấy.

c) Thêm rau bina vào chảo nóng và nấu cho đến khi héo. Loại b
nhiệt và đặt sang một bên.

d) Trong một bát vừa, thêm pho mát kem, kem chua, sữa chua
rau mùi tây, nước cốt chanh, tỏi, muối và hạt tiêu và đánh bằn
máy trộn cầm tay cho đến khi kết hợp.

e) Xắt nhỏ thịt xông khói và trộn vào hỗn hợp kem phô mai. Khuấ
rau bina và phô mai Parmesan.

f) Chuyển sang chảo nướng 8" × 8" và nướng trong 30 phút hoặ
cho đến khi nóng và sủi bọt.

81. Pesto Sốt Phô Mai Dê Kem

THÀNH PHẦN:
- 2 chén lá húng quế tươi đóng gói
- ½ chén phô mai parmesan nạo
- 8 ounce phô mai dê
- 1 -2 muỗng cà phê tỏi băm
- ½ muỗng cà phê muối
- ½ chén dầu ô liu

HƯỚNG DẪN:

a) Trộn húng quế, pho mát, tỏi và muối trong máy xay thực phẩ
hoặc máy xay sinh tố cho đến khi mịn. Thêm dầu ô liu vào dòr
đều và trộn cho đến khi kết hợp.

b) Phục vụ ngay lập tức hoặc bảo quản trong tủ lạnh.

82. Pizza nóng siêu nhúng

THÀNH PHẦN:
- Phô mai kem mềm
- mayonaise
- Phô mai mozzarella
- Húng quế
- Rau kinh giới
- Bột tỏi
- Xúc xích hun khói
- ô liu đen
- Ớt chuông xanh

HƯỚNG DẪN:

a) Trộn phô mai kem mềm, sốt mayonnaise và một ít phô ma mozzarella. Thêm một ít húng quế, lá oregano, rau mùi tây và bộ tỏi, khuấy đều cho đến khi chúng hòa quyện vào nhau.

b) Đổ nó vào đĩa bánh sâu lòng của bạn và dàn đều thành một lớp

c) Phết nước sốt bánh pizza của bạn lên trên và thêm lớp trên b mặt ưa thích của bạn. Đối với ví dụ này, chúng tôi sẽ thêm phô ma mozzarella, ô liu đen pepperoni và ớt xanh. Nướng ở 350 trong 2 phút.

83. Rau bina nướng và atisô nhúng

THÀNH PHẦN:

- 14 oz có thể tim atisô chưa ướp, để ráo nước và thái nhỏ
- 10 oz rau bina xắt nhỏ đông lạnh rã đông
- 1 chén mayo thật
- 1 chén phô mai parmesan bào
- 1 tép tỏi ép

HƯỚNG DẪN:

a) Làm tan rau bina đông lạnh sau đó vắt khô bằng tay.

b) Khuấy đều: atisô để ráo nước và xắt nhỏ, rau bina vắt, 1 chén mayo, 3/4 chén phô mai parmesan, 1 tép tỏi ép và chuyển sang món thịt hầm hoặc bánh nướng 1 lít. Rắc 1/4 chén phô mai parmesan còn lại.

c) Nướng không đậy nắp trong 25 phút ở 350°F hoặc cho đến khi nóng qua. Phục vụ với crostini, khoai tây chiên hoặc bánh quy giòn yêu thích của bạn.

84. Atisô nhúng

LÀM CHOsố 8

THÀNH PHẦN:
- 2 chén tim atisô, xắt nhỏ
- 1 chén sốt mayonnaise hoặc sốt mayonnaise nhẹ
- 1 chén Parmesan vụn

HƯỚNG DẪN:
a) Kết hợp tất cả các thành phần, và đặt hỗn hợp vào một mó
nướng mỡ. Nướng trong 30 phút ở 350 ° F.
b) Nướng phần nhúng cho đến khi có màu nâu nhạt và nổi bọt
trên.

85. Atisô ngâm kem

THÀNH PHẦN:
- 2 x 8 ao xơ. gói pho mát kem, nhiệt độ phòng
- 1/3 chén kem chua
- 1/4 chén sốt mayonaise
- 1 thìa nước cốt chanh
- 1 muỗng canh mù tạt Dijon
- 1 tép tỏi
- 1 muỗng cà phê nước sốt Worrouershire
- 1/2 muỗng cà phê sốt tiêu cay
- 3 x 6 ao xơ. lọ tim atisô đã ướp, để ráo nước, thái nhỏ
- 1 chén phô mai mozzarella nạo
- 3 củ hành lá
- 2 muỗng cà phê jalapeño băm nhỏ

HƯỚNG DẪN:

a) Sử dụng máy đánh trứng đánh 8 THÀNH PHẦN đầu tiên: tron một bát lớn cho đến khi hòa quyện. Cho atisô, phô mai mozzarella hành lá và ớt jalapeño vào.

b) Chuyển sang một món nướng.

c) Làm nóng lò ở 400 ° F.

d) Nướng nhúng cho đến khi sủi bọt và có màu nâu ở trên – khoảng 20 phút.

86. Pate gan gà

THÀNH PHẦN:
- 1 củ hành vừa
- 500 gr Gan gà
- 3 tép tỏi
- 100 gr Bơ (hoặc ruốc heo)
- 1 muỗng cà phê húng tây khô
- 1/2 muỗng cà phê tiêu đen
- 1/2 thìa cà phê muối

HƯỚNG DẪN:

a) Băm nhỏ hành tây và cho vào chảo với một ít bơ, chiên nh nhàng cho đến khi hành tây có màu trong nhưng không bị thân Thêm gan gà và tỏi thái lát, húng tây, hạt tiêu và muối. Tiếp tụ chiên nhẹ nhàng cho đến khi gan vừa chín tới.

b) Sau khi gan được nấu chín thêm bơ.

c) Cho hỗn hợp gan đã nấu chín vào máy xay sinh tố/máy xay thự phẩm/bình xay cầm tay và xay đến độ đặc mà bạn muốn. Đổ r bát để nguội và sau khi làm nguội ban đầu, cho vào bát phục vụ v cho vào tủ lạnh.

d) Nếu bạn muốn trang trí với một vài lát tỏi chiên và rắc dầu ô li và lá nguyệt quế.

87.   Đậu Hà Lan & Bạc Hà

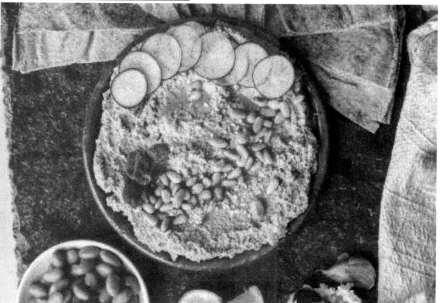

THÀNH PHẦN:
- 250 gr Đậu xanh tách vỏ (1/2 gói)
- 1/2 củ hành tây Thái nhỏ
- 1/2 viên rau củ
- Bạc hà khô Khoảng 3 muỗng cà phê
- Dầu ô liu
- muối để hương vị

HƯỚNG DẪN:
a) Cho đậu xanh khô vào nồi, rửa sạch để đảm bảo không còn v
trấu và loại bỏ những hạt đậu nổi. Đậy đậu với khoảng 1/2 inc
nước, thêm viên nước dùng và hành tây rồi đun trên bếp khoản
30-40 phút khi đó đậu sẽ mềm.

b) Sau khi đậu Hà Lan đã mềm, thêm một ít bạc hà khô và để hỗ
hợp sôi thêm một thời gian nữa cho khô bớt một chút.

c) Nghiền đậu Hà Lan trong chất lỏng nấu ăn còn lại. và thêm mẻ
ít dầu ô liu tốt khi bạn nghiền. Sau khi bạn đạt được độ sệt nh
mong muốn, hãy nếm thử nước chấm và thêm bạc hà khô nếu bạ
thấy cần.

88. <u>Ngâm nhanh chóng và dễ dàng</u>

THÀNH PHẦN:
- 100 gram kem phô mai mềm
- 2 muỗng canh sốt mayonaise
- 1 muỗng canh nước cốt chanh hoặc chanh
- Nửa củ hành lá
- Tương ớt ngọt rưới lên trên
- tỏi để hương vị
- cheddar hoặc phô mai xanh
- Thảo mộc của sự lựa chọn của bạn

HƯỚNG DẪN:
a) Cho tất cả vào bát và trộn đều.
b) Nêm nếm và điều chỉnh lượng nguyên liệu theo ý muốn, sau đ
cho ra đĩa và rưới nước sốt ớt ngọt lên trên.

89.   Thì Là & Kem Phô Mai

Thực hiện: 4 đến 6 phần ăn

THÀNH PHẦN:
- 1 cốc sữa chua đậu nành nguyên chất
- 4 ounce kem phô mai
- 1 thìa nước cốt chanh
- 2 muỗng canh hẹ khô
- 2 muỗng canh thì là khô
- 1/2 muỗng cà phê muối biển
- hạt tiêu

HƯỚNG DẪN
a) Trộn tất cả mọi thứ và làm lạnh trong ít nhất một giờ.

DINH DƯỠNG: Calo 120| Chất béo 9g (2g bão hòa) | Cholesteron 0mg| Natri 435mg| Carbohydrate 9g| Chất Xơ 1g| Đạm 3g.

90. Gạo hoang dã và Chili Dip

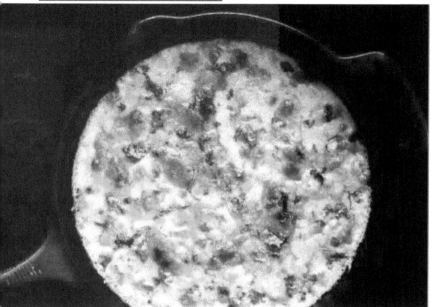

Thực hiện: 4 đến 6 phần ăn

THÀNH PHẦN:
- 12 ounce đậu lăng nấu chín
- 1/4 chén nước luộc rau không men
- 1/4 chén ớt chuông xanh xắt nhỏ
- 1/2 tép tỏi, ép
- 1 chén cà chua thái hạt lựu
- 1/4 chén hành tây xắt nhỏ
- 2 ounce kem phô mai
- 1/2 muỗng canh ớt bột
- 1/2 muỗng cà phê thì là
- 1/4 muỗng cà phê muối biển
- ớt bột
- 1/2 chén gạo nấu chín

HƯỚNG DẪN
a) Trong một chảo nước sốt nhỏ, nấu đậu lăng và nước luộc rau.
b) Thêm hành tây, ớt chuông, tỏi và cà chua và nấu trong 8 ph
trên lửa vừa.
c) Trong máy xay sinh tố, kết hợp Cream Cheese, bột ớt, thì là
muối biển cho đến khi mịn.
d) Kết hợp gạo, hỗn hợp pho mát kem và hỗn hợp rau đậu lăn
trong một bát trộn lớn và trộn đều.

91.   Bí Ngô Cay & Kem Phô Mai

Thực hiện: 4 đến 6 phần ăn

THÀNH PHẦN:
- 8 ounce kem pho mát
- 15 ounce bí ngô đóng hộp không đường
- 1 thìa cà phê quế
- 1⁄4 muỗng cà phê hạt tiêu
- 1⁄4 muỗng cà phê hạt nhục đậu khấu
- 10 quả hồ đào, đập vỡ

HƯỚNG DẪN

a) Đánh kem phô mai và bí ngô đóng hộp với nhau trong máy trộ
cho đến khi có dạng kem.

b) Khuấy quế, tiêu, nhục đậu khấu và hồ đào cho đến khi kết hợ
hoàn toàn. Trước khi phục vụ, làm lạnh trong một giờ trong
lạnh.

92. Sốt kem phô mai và mật ong

Làm cho: 2 phần ăn

THÀNH PHẦN:
- 2 ounce kem phô mai
- 2 thìa mật ong
- 1⁄4 cốc nước cam ép
- 1⁄2 muỗng cà phê bột quế

HƯỚNG DẪN
a)   Trộn tất cả mọi thứ cho đến khi mịn.

93. Kem bó xôi-Tahini Dip

Làm khoảng 1 cốc

THÀNH PHẦN:
- 1 (10-ounce) gói rau bina non tươi
- 1 đến 2 tép tỏi
- 1⁄2 muỗng cà phê muối
- 1⁄3 chén tahini (bột mè)
- Nước cốt của 1 quả chanh
- cayenne đất
- 2 muỗng cà phê hạt mè nướng, để trang trí

HƯỚNG DẪN
a) Hấp nhẹ rau bina cho đến khi héo, khoảng 3 phút. Vắt khô
đặt sang một bên.
b) Trong một bộ xử lý thực phẩm, chế biến tỏi và muối cho đến k
thái nhỏ. Thêm rau bina hấp, tahini, nước cốt chanh và cayen
để nếm thử.
c) Chế biến cho đến khi trộn đều và nếm thử, điều chỉnh gia vị né
cần.
d) Chuyển nhúng vào một bát vừa và rắc hạt vừng. Nếu không s
dụng ngay, hãy đậy nắp và làm lạnh cho đến khi cần dùng.
e) Được bảo quản đúng cách, nó sẽ giữ được tối đa 3 ngày.

94. Sốt Quả Mơ Và Chile

Làm khoảng 1 cốc

THÀNH PHẦN:
- 4 quả mơ khô
- 1⁄2 cốc nước ép nho trắng hoặc nước ép táo
- 1⁄2 muỗng cà phê tương ớt châu Á
- 1⁄2 muỗng cà phê gừng tươi nạo
- 1 muỗng canh nước tương
- 1 muỗng canh giấm gạo

HƯỚNG DẪN

a) Trong một cái chảo nhỏ, kết hợp quả mơ và nước ép nho v đun nóng vừa phải. Tắt bếp và để riêng trong 10 phút để quả m mềm ra.

b) Chuyển hỗn hợp quả mơ vào máy xay sinh tố hoặc máy xa thực phẩm và chế biến cho đến khi mịn. Thêm tương ớt, gừng nước tương và giấm và chế biến cho đến khi mịn. Hương vị, điề chỉnh gia vị nếu cần thiết.

c) Chuyển sang một cái bát nhỏ. Nếu không sử dụng ngay, hãy đậ nắp và làm lạnh cho đến khi cần dùng.

d) Bảo quản đúng cách mắm sẽ giữ được từ 2 đến 3 ngày.

95. Cà tím nướng nhúng

Làm cho: 5 CUPS (1,19 L)

THÀNH PHẦN:
- 3 quả cà tím vừa có vỏ (loại lớn, tròn, màu tím)
- 2 muỗng canh dầu
- 1 muỗng cà phê hạt thì là
- 1 muỗng cà phê rau mùi
- 1 muỗng cà phê bột nghệ
- 1 củ hành tây lớn màu vàng hoặc đỏ, bóc vỏ và thái hạt lựu
- 1 củ gừng (2 inch [5 cm]), gọt vỏ và bào hoặc băm nhỏ
- 8 tép tỏi, bóc vỏ và xay hoặc băm nhỏ
- 2 quả cà chua vừa, gọt vỏ (nếu có thể) và thái hạt lựu
- 1–4 quả ớt xanh, serrano hoặc ớt cayenne của Thái Lan, thái nhỏ
- 1 muỗng cà phê bột ớt đỏ hoặc ớt cayenne
- 1 muỗng canh muối biển thô

HƯỚNG DẪN:
a) Đặt giá nướng ở vị trí cao thứ hai. Làm nóng gà thịt ở nhiệt độ 500°F (260°C). Lót một tấm nướng bằng giấy nhôm để tránh lộn xộn sau này.

b) Dùng nĩa chọc lỗ trên quả cà tím (để thoát hơi nước) và đặt chúng lên khay nướng. Nướng trong 30 phút, quay một lần. Da sẽ bị cháy và cháy ở một số khu vực khi chúng được thực hiện. Lấy tấm nướng ra khỏi lò và để cà tím nguội trong ít nhất 15 phút. Dùng một con dao sắc và rạch một đường theo chiều dọc từ đầu này sang đầu kia của mỗi quả cà tím, và kéo nhẹ ra. Múc phần thịt nướng bên trong ra ngoài, cẩn thận để tránh hơi nước và tiết kiệm càng nhiều nước càng tốt. Cho thịt cà tím đã rang vào bát—bạn sẽ có khoảng 4 cốc (948 mL).

c) Trong một cái chảo sâu, nặng, đun nóng dầu trên lửa vừa và cao.

d) Thêm thì là và nấu cho đến khi nó xèo xèo, khoảng 30 giây.

e) Thêm rau mùi và nghệ. Trộn và nấu trong 30 giây.

f) Thêm hành tây và nâu trong 2 phút.

g) Thêm củ gừng và tỏi và nấu thêm 2 phút nữa.

h) Thêm cà chua và ớt. Nấu trong 3 phút, cho đến khi hỗn hợp mềm.

i) Thêm thịt từ cà tím nướng và nấu thêm 5 phút nữa, thỉnh thoảng trộn để tránh dính.

j) Thêm bột ớt đỏ và muối. Tại thời điểm này, bạn cũng nên loại bỏ và loại bỏ bất kỳ mảnh vỏ cà tím bị cháy nào còn sót lại.

k) Trộn hỗn hợp này bằng máy xay ngâm hoặc trong máy xay riêng. Đừng lạm dụng nó - vẫn nên có một số kết cấu. Phục vụ với những lát naan nướng, bánh quy giòn hoặc bánh tortilla. Bạn cũng có thể phục vụ nó theo cách truyền thống với một bữa ăn Ấn Độ gồm roti, đậu lăng và raita.

96.   Củ cải Microgreen & Lime Dip

THÀNH PHẦN:

- 4 oz microgreen củ cải
- 2 lạng ngò
- 8 oz kem chua
- 1 muỗng canh hành tây vàng, nạo
- 1 tép tỏi nhỏ, bào
- 2 muỗng canh nước cốt chanh hoặc nếm thử
- muối để hương vị
- mảnh ớt đỏ để hương vị

HƯỚNG DẪN:

a) Trong máy xay sinh tố, kết hợp rau mùi, rau mùi (thân và tất cả), hành tây, tỏi và kem chua cho đến khi mịn.

b) Nêm nước cốt chanh, muối và một chút ớt đỏ. Ăn kèm với khoai tây chiên, rau, thịt nướng và các món ăn kèm khác.

97. <u>Nước Chấm Mè Hành</u>

Làm khoảng 1/2 cốc

THÀNH PHẦN:

- 3 muỗng canh nước
- 2 muỗng canh nước tương
- 1 muỗng canh mirin
- 1 muỗng canh hành lá băm nhỏ
- 1 muỗng cà phê sả băm
- 1 muỗng cà phê gừng tươi nạo
- 1 muỗng cà phê dầu mè nướng
- 1 muỗng cà phê hạt vừng

HƯỚNG DẪN

a) Trong một bát nhỏ, kết hợp các thành phần và trộn đều.

b) Nếu không sử dụng ngay, hãy đậy nắp và làm lạnh cho đến khi cần dùng.

c) Bảo quản đúng cách mắm sẽ giữ được từ 3 đến 4 ngày.

98.   Nước chấm xoài-Ponzu

Làm khoảng 11/4 cốc

THÀNH PHẦN:
- 1 chén xoài chín thái hạt lựu
- 1 muỗng canh sốt ponzu
- 1/4 muỗng cà phê tương ớt châu Á
- 1/4 muỗng cà phê đường
- 2 muỗng canh nước, cộng thêm nếu cần

HƯỚNG DẪN
1) Trong máy xay sinh tố hoặc máy xay thực phẩm, kết hợp tất cả các thành phần và trộn cho đến khi mịn, thêm một muỗng canh nước nếu muốn nước sốt loãng hơn.
2) Chuyển sang một cái bát nhỏ. Phục vụ ngay lập tức hoặc đậy nắp và làm lạnh cho đến khi sẵn sàng sử dụng. Nước sốt này được sử dụng tốt nhất trong cùng một ngày nó được làm.

99. Cà tím phết quả óc chó

Làm khoảng 21/2 cốc

THÀNH PHẦN:

- 2 muỗng canh dầu ô liu
- 1 củ hành tây nhỏ, xắt nhỏ
- 1 quả cà tím nhỏ, bóc vỏ và cắt thành viên xúc xắc 1/2-inch
- 2 tép tỏi, băm nhỏ
- 1/2 muỗng cà phê muối
- 1/8 muỗng cà phê cayenne xay
- 1/2 chén quả óc chó xắt nhỏ
- 1 muỗng canh húng quế tươi băm nhỏ
- 2 muỗng canh sốt mayonnaise thuần chay
- 2 muỗng canh mùi tây tươi xắt nhỏ, để trang trí

HƯỚNG DẪN

1) Trong một cái chảo lớn, đun nóng dầu trên lửa vừa. Thêm hành tây, cà tím, tỏi, muối và cayenne. Đậy nắp và nấu cho đến khi mềm, khoảng 15 phút. Khuấy quả óc chó và húng quế và đặt sang một bên để nguội.

2) Chuyển hỗn hợp cà tím đã nguội vào máy xay thực phẩm. Thêm sốt mayonnaise và chế biến cho đến khi mịn. Nêm nếm, điều chỉnh gia vị nếu cần, sau đó chuyển sang một bát vừa và trang trí với rau mùi tây.

3) Nếu không sử dụng ngay, hãy đậy nắp và làm lạnh cho đến khi cần dùng.

4) Được bảo quản đúng cách, nó sẽ giữ được tối đa 3 ngày.

100. Rau muống nhúng tỏi nướng

Làm khoảng 2 1/2 cốc

THÀNH PHẦN:
- 5 đến 7 tép tỏi
- 1 (10 ounce) gói rau bina xắt nhỏ đông lạnh, rã đông
- 1/2 chén sốt mayonnaise thuần chay, tự làm (xem Mayonnaise thuần chay) hoặc mua ở cửa hàng
- 1/2 cốc kem chua thuần chay, tự làm (xem Kem chua đậu phụ) hoặc mua ở cửa hàng
- 2 muỗng cà phê nước cốt chanh tươi
- 1/4 chén hành lá băm nhỏ
- 1/4 chén cà rốt bào sợi
- 2 muỗng canh rau mùi hoặc mùi tây tươi băm nhỏ
- 1/2 muỗng cà phê muối cần tây
- Muối và hạt tiêu đen mới xay

HƯỚNG DẪN

1) Làm nóng lò ở nhiệt độ 350° F. Nướng tỏi trên khay nướng nhỏ cho đến khi vàng, trong 12 đến 15 phút. Ép hoặc nghiền tỏi đã nướng và nghiền thành bột nhão. Để qua một bên.

2) Trong khi tỏi đang rang, hấp rau bina cho đến khi mềm, 5 phút. Vắt khô và thái nhỏ. Để qua một bên.

3) Trong một bát vừa, kết hợp sốt mayonnaise, kem chua, nước cốt chanh và tỏi nướng. Khuấy để kết hợp. Thêm hành lá, cà rốt và rau mùi. Cho rau bina đã hấp vào xào và nêm muối cần tây, muối và hạt tiêu cho vừa ăn. Trộn đều. Ướp lạnh ít nhất 1 giờ trước khi ăn để hương vị đậm đà hơn. Nếu không sử dụng ngay, đậy nắp và làm lạnh. Được bảo quản đúng cách, nó sẽ giữ được tối đa 3 ngày.

PHẦN KẾT LUẬN

Chúc mừng! Bạn đã đọc đến phần cuối của Sách nấu món hunmu
nhà làm cần thiết. Chúng tôi hy vọng cuốn sách dạy nấu ăn này đ
truyền cảm hứng cho bạn khám phá những khả năng vô tận củ
món khai vị và tạo ra sự kết hợp hương vị độc đáo của riêng bạn.

Với 100 công thức nấu ăn ngon và bổ dưỡng, cùng với những mẹ
và thông tin hữu ích về lịch sử và lợi ích sức khỏe của món khai v
chúng tôi đã cố gắng làm cho cuốn sách nấu ăn này trở nên toà
diện nhất có thể. Chúng tôi hy vọng rằng Sách nấu món hunmu
nhà làm cần thiết đã giúp bạn tự tin vào kỹ năng làm món khai
của mình và bạn sẽ tiếp tục thử nghiệm những hương vị và
thuật mới.

Cảm ơn bạn đã tham gia cùng chúng tôi trên hành trình đ
hương vị này để khám phá thế giới của món khai vị. Chúng tôi h
vọng rằng bạn sẽ thưởng thức nhiều món chấm và món ăn ngc
trong nhiều năm tới. Chúc mừng ngâm!

Ingram Content Group UK Ltd.
Milton Keynes UK
UKHW020720170523
421886UK00007B/46

9 781835 003244